40 ਸੋਚਾਂ ਜਿ

ਮੁਖ

ਸਤਿ ਸ਼੍ਰੀ ਅਕਾਲ, ਨਮਸਕਾਰ ਜੀ, ਮੇਰਾ ਨਾਮ ਅਮਨਪ੍ਰੀਤ ਸਿੰਘ ਹੈ। ਮੈਂ ਏ.ਪੀ.ਐੱਸ. ਬੱਤਰਾ ਅਤੇ ਸਾਹਿਤਕਾਰ ਅਮਨਪ੍ਰੀਤ ਸਿੰਘ ਦੇ ਨਾਮ ਤੋਂ ਵੀ ਜਾਣਿਆ ਜਾਂਦਾ ਹਾਂ। ਮੇਰਾ ਜੀਵਨ ਵਿੱਚ ਇੱਕੋ ਹੀ ਮਕਸਦ ਹੈ ਕਿ ਮੈਂ ਖੁਸ਼ੀਆਂ ਦਾ ਪ੍ਰੋਫੈਸਰ ਬਣਾਂ ਅਤੇ ਬਹੁਤ ਹੀ ਤੇਜ਼ੀ ਨਾਲ ਬਣ ਵੀ ਰਿਹਾ ਹਾਂ। ਮੈਂ ਮਨੁੱਖੀ ਜੀਵਨ ਦੀ ਹਰ ਪੱਖ ਦੀ ਪੜਚੋਲ ਕਰਦਾ ਰਹਿੰਦਾ ਹਾਂ। ਮਨੁੱਖ ਦੀ ਹਰ ਸਮੱਸਿਆ ਦੀ ਡੂੰਘਾਈ ਤੱਕ ਪਹੁੰਚਦਾ ਹਾਂ। ਮਨੁੱਖ ਦੀਆਂ ਸਮੱਸਿਆਵਾਂ ਉੱਤੇ ਰਿਸਰਚ ਕਰਦਾ ਹਾਂ। ਫਿਰ ਪਾਏ ਗਏ ਨਤੀਜਿਆਂ ਦੀ ਜਾਂਚ ਪਰਖ ਕਰਕੇ, ਉਹਨਾਂ ਸਮੱਸਿਆਵਾਂ ਦੇ ਹਲ ਲੱਭਦਾ ਹਾਂ। ਮੇਰਾ ਜ਼ਿੰਦਗੀ ਵਿੱਚ ਸਿਰਫ ਇੱਕੋ ਹੀ ਕੰਮ ਹੈ ਇਨਸਾਨੀ ਸਮੱਸਿਆਵਾਂ ਦੇ ਹਲ ਲੱਭਣਾ। ਜੋ ਵੀ ਮੈਂ ਨਵਾਂ ਦੇਖਦਾ ਹਾਂ, ਸਮਝਦਾ ਹਾਂ, ਉਹ ਮੈਂ ਮੁਫਤ ਹੀ ਸਾਰਿਆਂ ਨੂੰ ਦੱਸ ਦਿੰਦਾ ਹਾਂ। ਮੇਰੀ ਰਿਸਰਚ, ਮੇਰੇ ਨਵੇਂ ਵਿਚਾਰ ਬਹੁਤ ਸਲਾਹੇ ਜਾ ਰਹੇ ਹਨ ਅਤੇ ਮੈਨੂੰ ਇੰਨ੍ਹਾਂ ਪਿਆਰ ਮਿਲ ਰਿਹਾ ਹੈ ਕਿ ਮੇਰੇ ਵਿਚਾਰ 6-7 ਅਖਬਾਰਾਂ ਵਿੱਚ ਲਗਾਤਾਰ ਛੱਪ ਰਹੇ ਹਨ। ਮੇਰੇ ਵਿਚਾਰਾਂ ਤੋਂ ਪ੍ਰਭਾਵਿਤ ਹੋ ਕੇ ਰੇਡਿਓ ਵਾਲੇ ਵੀ ਮੇਰਾ ਇੰਟਰਵਿਊ ਲਗਾਤਾਰ ਹੀ ਲੈ ਰਹੇ ਹਨ। ਅਸਲ ਵਿੱਚ ਜਿੰਨ੍ਹੀ ਵੀ ਮੇਰੀ ਪ੍ਰਗਤੀ ਹੋ ਰਹੀ ਹੈ, ਇਸ ਵਿੱਚ ਕੁਦਰਤ ਦੀ ਹੀ ਮੇਹਰ ਹੈ ਅਤੇ ਪਾਠਕਾਂ ਦਾ ਪਿਆਰ ਹੈ। ਮੈਂ ਸੋਹਣੀ ਕੁਦਰਤ ਦਾ ਅਤੇ ਆਪਣੇ ਸਾਰੇ ਪਾਠਕਾਂ ਦਾ ਕੋਟਿ ਕੋਟਿ ਧੰਨਵਾਦ ਕਰਦਾ ਹਾਂ। ਇਸ ਕਿਤਾਬ ਵਿੱਚ ਮੇਰੇ 40 ਮਸ਼ਹੂਰ ਆਰਟੀਕਲਜ਼ ਹਨ, ਜੋ ਅਖਬਾਰਾਂ ਵਿੱਚ ਛੱਪ ਚੁੱਕੇ ਹਨ। ਮੈਂ ਆਸ ਕਰਦਾ ਹਾਂ ਕਿ ਮੇਰੀਆਂ 40 ਨਵੀਆਂ ਸੋਚਾਂ, ਤੁਹਾਡੇ ਜੀਵਨ ਵਿੱਚ ਬਹੁਤ ਹੀ ਲਾਹੇਵੰਦ ਸਿੱਧ ਹੋਣਗੀਆਂ ਅਤੇ ਇਹ ਸੋਚਾਂ ਤੁਹਾਨੂੰ ਤੁਹਾਡੇ ਜੀਵਨ ਵਿੱਚ ਅੱਗੇ ਵੱਧਣ ਲਈ ਸਹਾਈ ਹੋਣਗੀਆਂ। ਤੁਹਾਡਾ ਸਾਰਿਆਂ ਦਾ ਲੱਖ ਲੱਖ ਧੰਨਵਾਦ।

1ਸਾਹਿਤਕਾਰ ਅਮਨਪ੍ਰੀਤ ਸਿੰਘ ਵਟਸ ਅਪ 09465554088

ਕਾਪੀਰਾਈਟ

ਇਹ ਕਿਤਾਬ ਕਾਪੀਰਾਈਟ ਹੋ ਚੁੱਕੀ ਹੈ। ਇਸ ਕਿਤਾਬ ਦੀ ਨਕਲ ਵੇਚਣਾ, ਯਾ ਇਸ ਕਿਤਾਬ ਵਿੱਚੋਂ ਕਿਸੇ ਹਿੱਸੇ ਦੀ ਨਕਲ ਵੇਚਣਾ, ਗੈਰ ਕਾਨੂੰਨੀ ਮੰਨਿਆ ਜਾਵੇਗਾ ਅਤੇ ਸਖਤ ਕਾਰਵਾਈ ਕੀਤੀ ਜਾਵੇਗੀ।

3ਸਾਹਿਤਕਾਰ ਅਮਨਪ੍ਰੀਤ ਸਿੰਘ   ਵਟਸ ਅਪ 09465554088

"ਆਮ ਜ਼ਿੰਦਗੀ ਵਿੱਚ ਗਰੁੱਪ ਚਰਚਾ"

ਸਕੂਲ ਦੀ ਜ਼ਿੰਦਗੀ ਵਿੱਚ, ਕਾਲਜ ਦੀ ਜ਼ਿੰਦਗੀ ਵਿੱਚ ਅਤੇ ਅਧਿਆਪਕ ਬਨਣ ਤੋਂ ਬਾਅਦ ਦੀ ਜ਼ਿੰਦਗੀ ਵਿੱਚ, ਜਦੋਂ ਵੀ ਮੈਂ ਕੁੱਝ ਵਿਅਕਤੀ ਇੱਕ ਗਰੁੱਪ ਵਿੱਚ ਚਰਚਾ ਕਰਦੇ ਦੇਖਦਾ ਹਾਂ, ਤਾਂ ਵਿਅਰਥ ਗਲਾਂ ਤੋਂ ਇਲਾਵਾ ਕੁੱਝ ਨਹੀਂ ਮਿਲਦਾ। ਗਰੁੱਪ ਵਿੱਚ ਕਦੇ ਵੀ ਕੋਈ ਆਪਣੇ ਸਹੀ ਤਜਰਬੇ ਨਹੀਂ ਦੱਸਦਾ। ਆਪਣੇ ਵੱਧੀਆ ਤਜਰਬਾ ਲੋਕ ਸ਼ੇਖੀ ਮਾਰਕੇ ਦੱਸਦੇ ਹਨ, ਅਤੇ ਮਾੜਾ ਤਜਰਬਾ ਗਰੁੱਪ ਚਰਚਾ ਵਿੱਚ ਲੋਕ ਆਪਣੇ ਮੂੰਹ ਤੇ ਵੀ ਨਹੀਂ ਆਉਣ ਦਿੰਦੇ ਕਿਉਂਕਿ ਉਹਨਾਂ ਨੂੰ ਡਰ ਹੁੰਦਾ ਹੈ ਕਿ ਮਾੜਾ ਤਜਰਬਾ ਬਿਆਨ ਕਰਦਿਆਂ ਹੀ, ਉਹਨਾਂ 'ਤੇ ਕੋਈ ਤਵਾ ਨਾ ਕੱਸ ਜਾਵੇ, ਕੋਈ ਉਹਨਾਂ ਦੀ ਬੇਇਜ਼ਤੀ ਹੀ ਨਾ ਕਰ ਜਾਵੇ। ਅਜਿਹੀਆਂ ਗਰੁੱਪ ਚਰਚਾਵਾਂ ਵਿੱਚ ਵਧੇਰੀਆਂ ਗਲਾਂ ਅਸ਼ਲੀਲਤਾਵਾਂ ਤੇ ਹੀ ਕੀਤੀਆਂ ਜਾਂਦੀਆਂ ਹਨ। ਅਸ਼ਲੀਲ ਚੁਟਕਲੇ ਅਤੇ ਮਖੌਲ ਅਜਿਹੀਆਂ ਚਰਚਾਵਾਂ ਦੀ ਸ਼ਾਨ ਹੁੰਦੀ ਹੈ। ਇਹੋ ਹੀ ਕਾਰਨ ਹੈ ਕਿ ਮੈਂ ਆਪਣੀ ਸਕੂਲ਼, ਕਾਲਜ ਦੀ ਜ਼ਿੰਦਗੀ ਵਿੱਚ ਇਕੱਲਾ ਹੀ ਰਹਿ ਜਾਂਦਾ ਸੀ। ਦੋ ਜਾਣਿਆਂ ਦੀ ਆਪਸ ਵਿੱਚ ਚਰਚਾ, ਗਰੁੱਪ ਚਰਚਾ ਤੋਂ ਲੱਖ ਗੁਣਾ ਜ਼ਿਆਦਾ ਫਾਇਦੇਮੰਦ ਹੁੰਦੀ ਹੈ। ਦੋ ਵਿਅਕਤੀ ਆਪਸ ਵਿੱਚ ਚੰਗੇ ਅਤੇ ਖਾਸ ਕਰਕੇ ਮਾੜੇ ਤਜਰਬੇ ਖੁਲ੍ਹ ਕੇ ਬਿਆਨ ਕਰ ਦਿੰਦੇ ਹਨ। ਅਤੇ ਮੇਰੀ ਜ਼ਿੰਦਗੀ ਦਾ ਤਜਰਬਾ ਹੈ ਕਿ ਮਾੜੇ ਤਜਰਬੇ ਹੀ ਸਾਡੀ ਜ਼ਿੰਦਗੀ ਦੀ ਖੁਸ਼ੀ ਦਾ ਮੁੱਖ ਕਾਰਨ ਬਣਦੇ ਹਨ। ਮਾੜੇ ਤਜਰਬੇ ਹੀ ਆਪਾਂ ਨੂੰ ਕੁੱਝ ਸਿੱਖਾ ਜਾਂਦੇ ਹਨ, ਜੋ ਆਪਾਂ ਨੂੰ ਇੱਕ ਤੋਂ ਇੱਕ ਚਰਚਾ ਵਿੱਚ ਹੀ ਮਿਲ ਸਕਦੇ ਹਨ। ਵੈਸੇ ਗਰੁੱਪ ਚਰਚਾ ਸੱਭ ਤੋਂ ਵਧੀਆ ਚਰਚਾ ਬਣ ਸਕਦੀ ਹੈ, ਜੇਕਰ ਅਜਿਹੀ ਚਰਚਾ ਢੰਗ ਨਾਲ ਕੀਤੀ ਜਾਵੇ। ਪਰ ਅਜਿਹੀ ਢੰਗ ਦੀ ਗਰੁੱਪ ਚਰਚਾ ਅਸਲ ਜ਼ਿੰਦਗੀ ਵਿੱਚ ਬਹੁਤ ਹੀ ਘੱਟ ਲੱਭਦੀ ਹੈ।

ਸਾਹਿਤਕਾਰ ਅਮਨਪ੍ਰੀਤ ਸਿੰਘ

ਵਟਸ ਅਪ: 09465554088

"ਅਧੁਨਿਕ ਘਰ ਬਣ ਰਹੇ ਹਨ ਬਿਲਕੁਲ ਅਸੁਖਦ"

ਅੱਜਕੱਲ੍ਹ ਕੋਠੀ ਵਰਗੇ ਘਰ ਬਨਾਉਣ ਦਾ ਬਹੁਤ ਰਿਵਾਜ਼ ਆ ਗਿਆ ਹੈ। ਜੇ ਮਾਂ-ਪਿਓ ਆਮ ਘਰ ਢਾਹ ਕੇ ਕੋਠੀ ਵਰਗਾ ਘਰ ਨਾ ਬਨਵਾਉਣ, ਤਾਂ ਉਹਨਾਂ ਦੇ ਮੁੰਡੇ ਦਾ ਵਿਆਹ ਤੱਕ ਹੀ ਨਹੀਂ ਹੁੰਦਾ। ਕੋਠੀ ਵਰਗੇ ਮਕਾਨ ਵਿੱਚ ਸਾਰਾ ਕੁੱਝ ਅੰਦਰ ਹੀ ਅੰਦਰ ਹੁੰਦਾ ਹੈ। ਨਾਂ ਚੱਜ ਨਾਲ ਹਵਾ ਆਉਂਦੀ ਹੈ ਅਤੇ ਨਾਂ ਹੀ ਰੋਸਨਿ, ਬਸ ਚਬੂਤਰੇ ਤੇ ਚਬੂਤਰਾ ਚੱੜ੍ਹਿਆ ਹੁੰਦਾ ਹੈ। ਕੁੱਝ ਸਾਲ ਪਹਿਲਾਂ ਹੀ ਮੇਰੇ ਇੱਕ ਰਿਸ਼ਤੇਦਾਰ ਨੇ ਆਪਣੀ ਠਾਠ ਬਾਠ ਵਧਾਉਣ ਲਈ, ਆਪਣਾ ਖੁਲ੍ਹੇ ਵਿਹੜੇ ਵਾਲਾ ਮਕਾਨ ਢਾਹ ਕੇ ਕੋਠੀ ਬਣਾ ਲਈ ਅਤੇ ਸਾਰਾ ਵਿਹੜਾ ਛਤਾ ਲਿਆ। ਸਾਰੇ ਪਿੰਡ ਵਿੱਚ ਵਾਹ ਵਾਹ ਹੋ ਗਈ। ਪਰ ਕੁੱਝ ਸਾਲਾਂ ਬਾਅਦ ਮੇਰੇ ਉਸੇ ਰਿਸ਼ਤੇਦਾਰ ਨੇ ਕਿਹਾ ਕਿ ਉਸਦਾ ਤਾਂ ਘਰ ਵਿੱਚ ਸਾਹ ਘੁਟਦਾ ਹੈ, ਅਤੇ ਉਹ ਇਸ ਸਮੱਸਿਆ ਨੂੰ ਸੁਲਝਾਉਣਾ ਚਾਹੁੰਦਾ ਹੈ। ਅੱਜਕੱਲ੍ਹ ਹਰ ਕੋਠੀ ਜਿਹੇ ਮਕਾਨ ਦੀ ਇਹੋ ਹੀ ਹਾਲਤ ਹੈ। ਮੈਂ ਜਿੰਨ੍ਹੇ ਵੀ ਘਰਾਂ ਵਿੱਚ ਜਾਂਦਾ ਹਾਂ, ਪਹਿਲਾਂ ਦਾ ਘਰ ਵਿੱਚ ਦਾਖਿਲ ਹੁੰਦਿਆਂ ਸਾਰ ਕੁਝ ਦਿਖਾਈ ਹੀ ਨਹੀਂ ਦਿੰਦਾ, ਫਿਰ ਹੋਲੀ ਹੋਲੀ ਟਿਊਬਾਂ ਦੀ ਮੱਧਮ ਰੌਸ਼ਨੀ ਦਿਖਾਈ ਦੇਣ ਲਗ ਜਾਂਦੀ ਹੈ। ਸੂਰਜ ਦੀ ਊਰਜਾ ਦੇਣ ਵਾਲੀ ਰੌਸ਼ਨੀ ਦਾ ਤਾਂ ਨਾਮੋ ਨਿਸ਼ਾਨ ਹੀ ਨਹੀਂ ਹੁੰਦਾ। ਹਰ ਕਿਸੇ ਦਾ ਅਜਿਹੇ ਘਰਾਂ ਵਿੱਚ ਦਮ ਘੁਟਦਾ ਹੈ, ਪਰ ਹਰ ਕੋਈ ਅਜਿਹੇ ਘਰ ਹੀ ਪਾਉਂਦਾ ਹੈ, ਕਿਉਂਕਿ ਇਹ ਫੈਸ਼ਨ ਬਣ ਚੁੱਕਾ ਹੈ ਅਤੇ ਆਦਮੀ ਦੀ ਪ੍ਰਤਿਸ਼ਠਾ ਵਿੱਚ ਵਾਧਾ ਕਰਦਾ ਹੈ। ਪਰ ਕੀ ਇਨਸਾਨ ਆਪਣੀ ਪ੍ਰਤਿਸ਼ਠਾ ਅਤੇ ਫੈਸ਼ਨ ਲਈ ਆਪਣੀ ਮਾਂ ਕੁਦਰਤ ਤੋਂ ਦੂਰ ਰਹਿ ਸਕਦਾ ਹੈ। ਕੁਦਰਤ ਦੀ ਹੀ ਉਪਜ ਹੈ ਇਨਸਾਨ, ਅਤੇ ਕੁਦਰਤ ਨੂੰ ਠੁਕਰਾਂਦਾ ਜਾਂਦਾ ਹੈ ਉਹੀ ਇਨਸਾਨ। ਮਾਂ ਕੁਦਰਨ ਨੂੰ ਛੱਡ ਕੇ ਇਨਸਾਨ ਦੇ ਹੱਥ ਬਿਮਾਰੀਆਂ ਅਤੇ ਦੁੱਖ ਤੋਂ ਇਲਾਵਾ ਹੋਰ ਕੁੱਝ ਲਗ ਹੀ ਨਹੀਂ ਸਕਦਾ। ਜਿਸ ਤਰ੍ਹਾਂ ਇਨਸਾਨ ਨੂੰ ਭੋਜਨ ਅਤੇ ਪਾਣੀ ਦੀ ਲੋੜ ਹੈ, ਠੀਕ ਉਸੇ ਤਰ੍ਹਾਂ ਉਸਨੂੰ ਸੂਰਜ ਦੀ ਊਰਜਾ ਦੇਣ ਵਾਲੀ ਰੌਸ਼ਨੀ ਅਤੇ ਮਨ ਸ਼ੀਤਲ ਕਰਨ ਵਾਲੀ ਕੁਦਰਤੀ ਹਵਾ ਦੀ ਸਖਤ ਜ਼ਰੂਰਤ ਹੈ। ਇਨਸਾਨ ਕੋਠੀ ਵਰਗੇ ਮਕਾਨਾਂ ਵਿੱਚ ਜ਼ਿੰਦਗੀ ਤਾਂ ਕਟ ਲਏਗਾ, ਪਰ ਜ਼ਿੰਦਗੀ ਜੀ ਨਹੀਂ ਪਾਏਗਾ।

ਸਾਹਿਤਕਾਰ: ਅਮਨਪ੍ਰੀਤ ਸਿੰਘ

ਵਟਸ ਅਪ: 09465554088

"ਅਸੀਂ ਵੀ ਅਜੀਬ ਹਾਂ"

ਮੈਂ ਅਕਸਰ ਹੀ ਦੇਖਦਾ ਹਾਂ ਕਿ ਲੋਕ ਤਿਆਰ-ਸ਼ਿਆਰ ਹੋ ਕੇ ਮਹਿੰਗੇ-ਮਹਿੰਗੇ ਰੈਸਟੋਰੈਂਟਾਂ ਵਿੱਚ ਜਾਂਦੇ ਹਨ- ਕੋਈ ਜਨਮ ਦਿਨ ਮਨਾਉਣ ਲਈ, ਕੋਈ ਨੌਕਰੀ ਮਿਲਣ ਦੀ ਖੁਸ਼ੀ ਤੇ, ਕੋਈ ਆਪਣੀ ਵਿਆਹ ਦੀ ਪਾਰਟੀ ਦੇਣ ਲਈ ਜਾਂਦੇ ਹਨ, ਕੋਈ ਬਿਨ੍ਹਾਂ ਕਿਸੇ ਵਜਹ ਤੋਂ ਵੀ ਚਲੇ ਜਾਂਦੇ ਹਨ। ਉੱਥੇ ਸਿਰਫ ਦੋ ਜਾਣਿਆਂ ਦੇ ਖਾਣ ਖਾਣ ਤੇ ਹੀ 600 ਰੁਪਏ ਬੜੀ ਆਸਾਨੀ ਨਾਲ ਦੇ ਦਿੰਦੇ ਹਨ। ਇੱਥੋਂ ਤੱਕ ਕੀ ਖਾਣਾ ਖਾਣ ਤੋਂ ਬਾਅਦ 20-50 ਰੁਪਏ ਦਾ ਟਿਪ ਵੇਟਰ ਨੂੰ ਵੀ ਦੇ ਦਿੰਦੇ ਹਨ। ਪਰ ਹੈਰਾਨ ਮੈਂ ਉਦੋਂ ਹੁੰਦਾ ਹਾਂ ਜਦੋਂ ਉਹੀ ਲੋਕ ਸ਼ਾਮ ਨੂੰ ਜਦੋਂ ਸਬਜੀ ਖਰੀਦਣ, ਸਬਜੀ ਮੰਡੀ ਰੇਹੜੀ ਵਾਲੇ ਕੋਲ ਜਾਂਦੇ ਹਨ ਅਤੇ ਕਹਿੰਦੇ ਹਨ:

"ਭਾਈ ਇਹ ਗਾਜਰ ਕੀ ਭਾਅ ਏ?"

"15 ਰੁਪਏ ਕਿਲੋ"

"ਨਹੀਂ ਇਹ ਤਾਂ ਬਹੁਤ ਜਿਆਦਾ 10 ਰੁਪਏ ਦੀ ਸਵਾ ਕਿਲੋ ਦੇਦੇ"

ਇਹ ਵਾਰਤਾਲਾਪ ਸੁਣਕੇ ਮੈਂ ਤਾਂ ਹੈਰਾਨ ਹੀ ਰਹਿ ਜਾਂਦਾ ਹਾਂ ਕਿ ਜਿਹੜਾ ਆਦਮੀ 100 ਰੁਪਏ ਦੀ ਕਾਫੀ ਅਤੇ 50 ਰੁਪਏ ਦੀ ਤਾਂ ਟਿੱਪ ਹੀ ਦੇ ਦਿੰਦਾ ਹੈ, ਉਹ ਇੱਕ ਮਿਹਨਤ ਕਰਨ ਵਾਲੇ ਰੇਹੜੀ ਵਾਲੇ ਨੂੰ ਉਸਦਾ ਹੱਕ ਵੀ ਨਹੀਂ ਦੇਣਾ ਚਾਹੁੰਦਾ। ਉਹ ਆਪਣੇ ਹੰਕਾਰ ਦੀ ਪੂਰਤੀ ਅਤੇ ਫੌਕੀ ਟੌਰ ਲਈ, ਲੋਕਾਂ ਨੂੰ ਦਿਖਾਉਣ ਲਈ 50 ਰੁਪਏ ਟਿਪ ਦੇ ਦਿੰਦਾ ਹੈ, ਅਤੇ ਇੱਕ ਰੇਹੜੀ ਵਾਲੇ ਨੂੰ ਨਿਮਰਤਾ ਭਾਵ ਨਾਲ 15 ਰੁਪਏ ਵੀ ਨਹੀਂ ਦੇ ਸਕਦਾ। ਸੱਚਮੁੱਚ ਅਸੀਂ ਵਾਕਯ ਹੀ ਅਜੀਬ ਹਾਂ।

ਸਾਹਿਤਕਾਰ ਅਮਨਪ੍ਰੀਤ ਸਿੰਘ

ਵਟਸ ਅਪ: 09465554088

ਓਟੋਪਾਇਲੇਟਡ ਦੁਨੀਆ

ਹਰ ਇਨਸਾਨ ਆਪਣੀ ਜਿੰਦਗੀ ਇੱਕ ਰੋਬੋਟ ਦੀ ਤਰਾਂ ਜੀ ਰਿਹਾ ਹੈ। ਬਹੁਤ ਬੋਰਿੰਗ ਬਣ ਚੁੱਕੀ ਹੈ ਇੱਕ ਇਨਸਾਨ ਦੀ ਜਿੰਦਗੀ। ਹਰ ਇਨਸਾਨ ਦੀਆਂ ਸਮੱਸਿਆਵਾਂ ਵੀ ਇਕੋ ਜਿਹੀਆਂ ਹੀ ਹਨ।ਹੈਰਾਨ ਕਰਨ ਵਾਲੀ ਗਲ ਤਾਂ ਇਹ ਹੈ ਕਿ ਇਕੋ ਜਿਹੀਆਂ ਸਮੱਸਿਆਵਾਂ ਤੇ ਹਰ ਇਨਸਾਨ ਦੀ ਰਿਐਕਸ਼ਨਜ਼ ਵੀ ਇਕੋ ਜਿਹੀ ਹੀ ਹਨ। ਉਦਾਹਰਨ ਦੇ ਤੌਰ ਤੇ ਆਪਾਂ ਇਕ ਆਮ ਇਨਸਾਨ ਦੀ ਜਿੰਦਗੀ ਦੀ ਹੀ ਗਲ ਕਰਦੇ ਹਾਂ। ਜਦੋਂ ਇੱਕ ਪਤੀ ਆਪਣਾ ਕੰਮ ਕਾਜ ਕਰਕੇ ਸ਼ਾਮ ਨੂੰ ਘਰ ਵਾਪਿਸ ਪਰਤਦਾ ਹੈ ਤਾਂ ਉਸਦੀ ਪਤਨੀ ਉਸ ਤੋਂ ਪੁਛਦੀ ਹੈ ਕਿ “ਜੀ ਗਲ ਸੁਣੋ ! ਕੀ ਤੁਸੀਂ ਮੇਰੀ ਲਿਪਸਟਿਕ ਲਿਆਂਉਦੀ ਹੈ? ਕੀ ਤੁਸੀਂ ਸ਼ਕਰ ਲੈ ਕੇ ਆਏ ਹੋ? ਕੀ ਤੁਸੀਂ ਬੱਚਿਆਂ ਵਾਸਤੇ ਫਲ ਖਰੀਦ ਲਏ?” ਇਹ ਤਾਂ ਅਕਸਰ ਹੀ ਹੁੰਦਾ ਹੈ ਕਿ ਪਤੀ ਕੁੱਝ ਨਾ ਕੁੱਝ ਤਾਂ ਭੁੱਲ ਹੀ ਜਾਂਦਾ ਹੈ ਅਤੇ ਗੋਲੀਆਂ ਵਾਂਗ ਚਲਦੇ ਪਤਨੀ ਦੇ ਪ੍ਰਸ਼ਨ ਉਸਨੂੰ ਕਾਰਗਲ ਦੀ ਜੰਗ ਤੋਂ ਘੱਟ ਨਹੀਂ ਜਾਪਦੇ ਅਤੇ ਉਹਨਾਂ ਵਿੱਚ ਝਟ ਹੀ ਝੱਘਵਾ ਹੋ ਜਾਂਦਾ ਹੈ। ਹੈਰਾਨੀ ਭਰੀ ਗਲ ਤਾਂ ਇਹ ਹੈ ਕਿ ਅਜਿਹੇ ਝੱਗੜੇ ਹਰ ਪਤੀ-ਪਤਨੀ ਕਰਦੇ ਹਨ ਅਤੇ ਆਪਣੀ ਜਿੰਦਗੀ ਵਿੱਚ ਅਣਗਿਣਤ ਵਾਰ ਕਰਦੇ ਹਨ। ਇਥੋਂ ਤੱਕ ਕਿ ਹਰ ਪਤੀ-ਪਤਨੀ ਦੇ ਝੱਗੜੇ ਦੀ ਸ਼ਬਦਾਵਲੀ ਵੀ ਇਕੋ ਜਿਹੀ ਹੀ ਹੁੰਦੀ ਹੈ। ਇਹ ਗਲ ਮੈਂ ਇਸ ਕਰਕੇ ਕਹਿ ਰਿਹਾਂ ਹਾਂ ਕਿਉਂਕਿ ਮੈਂ ਖੁਦ ਬਹੁਤ ਹੀ ਪਤੀ ਪਤਨੀਆਂ ਦੇ ਝੱਗੜੇ ਨੂੰ ਸੁਣਿਆ ਹੈ ਅਤੇ ਇਸ ਉੱਤੇ ਰਿਸਰਚ ਕੀਤੀ ਹੈ। ਇਹ ਤਾਂ ਗਲ ਹੋਈ ਇੱਕ ਪਤੀ-ਪਤਨੀ ਦੇ ਝੱਗੜੇ ਦੀ, ਪਰ ਕੀ ਤੁਹਾਨੂੰ ਪਤਾ ਹੈ ਕਿ ਇਸ ਤਰਾਂ ਦੇ ਓਟੋਪਾਇਲੇਟਡ ਝੱਗੜੇ, ਓਟੋਪਾਇਲੇਟਡ ਸ਼ਬਦਾਵਲੀ, ਓਟੋਪਾਇਲੇਟਡ ਸਮੱਸਿਆਵਾਂ, ਓਟੋਪਾਇਲੇਟਡ ਉਦਾਸ ਹੋਣਾ, ਓਟੋਪਾਇਲੇਟਡ ਹਤਾਸ਼ ਹੋਣਾ, ਹਰ ਆਮ ਇਨਸਾਨ ਦੀ ਓਟੋਪਾਇਲੇਟਡ ਕਹਾਣੀ ਬਣ ਚੁੱਕੀ ਹੈ। ਇਸਨੂੰ ਇੰਝ ਵੀ ਕਹਿ ਸਕਦੇ ਹਾਂ ਕਿ ਹੋ ਇੱਕ ਇਨਸਾਨ ਕਰ ਰਿਹਾ ਹੈ ਜਾਂ ਭੁਕਤ ਰਿਹਾ ਹੈ, ਠੀਕ ਉਹੀ ਹਰ ਇਨਸਾਨ ਕਰ ਅਤੇ ਭੁਕਤ ਰਿਹਾ ਹੈ ਪਰ ਕਿਸੇ ਨੂੰ ਕੁੱਝ ਪਤਾ ਹੀ ਨਹੀਂ ਕਿ ਉਹ ਇਹ ਸਭ ਕਿਉਂ ਕਰ ਰਹੇ ਹਨ। ਜੋ ਉਹਨਾਂ ਨੇ ਆਪਣੇ ਆਲੇ-ਦੁਆਲੇ ਦੇਖਿਆ ਜਾਂ ਸੁਣਿਆ ਹੈ, ਉਹ ਉਹੀ ਦੁਹਰਾ ਰਹੇ ਹਨ, ਬਿਨਾਂ ਕੁੱਝ ਸੋਚੇ ਸਮਝੇ। ਬਸ ਕੁੱਝ ਅਜਿਹਾ ਹੋ ਜਾਵੇ ਕਿ ਇੱਕ ਪਲ ਇਨਸਾਨ ਰੁਕ ਜਾਵੇ ਅੱਤੇ ਸੋਚੇ ਕਿ ਉਹ ਆਪਣੀ ਜਿੰਦਗੀ ਵਿੱਚ ਝੱਗੜੇ ਕਿਵੇਂ ਰੋਕੇ, ਕਿਵੇਂ ਆਪਣੀ ਜਿੰਦਗੀ ਦੀ ਉਦਾਸੀ ਨੂੰ ਖੁਸ਼ੀ ਵਿੱਚ ਬਦਲੇ, ਕਿਵੇਂ ਉਹ ਹਰ ਇਨਸਾਨ ਦੀ ਓਟੋਪਾਇਲੇਟਡ ਦੁਨੀਆ ਤੋਂ ਬਾਹਰ ਨਿਕਲੇ? ਜੇਕਰ ਅਜਿਹਾ ਹੋ ਗਿਆ ਤਾਂ ਠੀਕ ਉਸੇ ਪਲ ਹੀ ਖੁਸ਼ੀਆਂ ਦਾ ਆਗਮਨ ਵੀ ਹੋ ਜਾਵੇਗਾ। ਮੈਂ ਇਸਨੂੰ ਹੀ ਸਾਧਨਾ ਕਹਿੰਦਾਂ ਹਾਂ।

ਅਮਨਪ੍ਰੀਤ ਸਿੰਘ

094655-54088

7ਸਾਹਿਤਕਾਰ ਅਮਨਪ੍ਰੀਤ ਸਿੰਘ ਵਟਸ ਅਪ 09465554088

"ਬੇਰੁਜਗਾਰੀ ਨੂੰ ਕਿਵੇਂ ਖਤਮ ਕਰੀਏ"

ਬੇਰੁਜਗਾਰੀ ਦਿਨੋਂ ਦਿਨ ਵੱਧਦੀ ਜਾ ਰਹੀ ਹੈ ਅਤੇ ਇਹ ਇੱਕ ਦੇਸ਼ ਦੀ ਵੱਡੀ ਸਮੱਸਿਆ ਬਣਦੀ ਜਾ ਰਹੀ ਹੈ। ਭਾਰਤ ਦੇਸ਼ ਜਵਾਨਾਂ ਦਾ ਦੇਸ਼ ਹੈ, ਪਰ ਦੁੱਖ ਦੀ ਗਲ ਇਹ ਹੈ ਕਿ ਉਹੀ ਨੌਜਵਾਨ ਵਿਹਲੇ ਧੱਕੇ ਖਾ ਰਹੇ ਹਨ। ਜਿਹੜੀ ਨੌਜਵਾਨਾਂ ਦੀ ਵਰਤੋ ਦੇਸ਼ ਦਾ ਉਤਪਾਦਨ ਵਧਾਉਣ ਲਈ ਕੀਤੀ ਜਾ ਸਕਦੀ ਸੀ, ਉਹ ਅੱਜ ਸੜਕਾਂ ਤੇ ਵਿਹਲੇ ਘੁੰਮ ਰਹੇ ਹਨ। ਜਿਵੇਂ ਕਿ ਆਪਾਂ ਨੂੰ ਪਤਾ ਹੀ ਹੈ ਕਿ ਵਿਹਲਾ ਮਨ ਸ਼ੈਤਾਨ ਦਾ ਘਰ ਹੁੰਦਾ ਹੈ, ਇਸੇ ਲਈ ਸਾਡੀ ਵਿਹਲੀ ਨੌਜਵਾਨ ਪੀੜ੍ਹੀ ਕਿਸੇ ਨਾ ਕਿਸੇ ਜ਼ੁਰਮ ਨੂੰ ਹੀ ਸਦਾ ਦਿੰਦੀ ਹੈ। ਮਿਹਨਤੀ ਨੌਜਵਾਨ ਸਾਰੀ ਉਮਰ ਪੜ੍ਹਦੇ ਹੀ ਰਹਿ ਜਾਂਦੇ ਹਨ, ਪਰ ਉਹਨਾਂ ਨੂੰ ਕੋਈ ਨੌਕਰੀ ਨਹੀਂ ਮਿਲਦੀ ਅਤੇ ਛੋਟਾ ਮੋਟਾ ਕੰਮ ਕਰਨ ਜੋਗੇ ਉਹ ਰਹਿੰਦੇ ਹੀ ਨਹੀਂ। ਹੁਣ ਸਮਾਂ ਆ ਗਿਆ ਹੈ ਸਰਕਾਰ ਨੂੰ ਅਤੇ ਲੋਕਾਂ ਨੂੰ ਆਪਣੀ ਸੋਚ ਬਦਲਣ ਦਾ। ਮੈਂ ਅਕਸਰ ਦੇਖਿਆ ਹੈ ਕਿ ਸਰਕਾਰ ਪਿੰਡਾਂ ਵਿੱਚ ਲੋਕਾਂ ਨੂੰ ਮਕਾਨ ਦੀ ਰਿਪੇਅਰ ਗ੍ਰਾਟਾਂ ਦਿੰਦੀ ਹੈ, ਬਿਜਲੀ ਦੇ ਬਿਲ ਮੁਆਫ ਕੀਤੇ ਜਾਂਦੇ ਹਨ ਅਤੇ ਕੁਝ ਹੋਰ ਸਹੂਲਤਾਂ ਦਿੱਤੀਆਂ ਜਾਂਦੀਆਂ ਹਨ। ਦੇਖਣ ਵਿੱਚ ਇਹ ਬਹੁਤ ਵਧੀਆ ਲਗਦਾ ਹੈ ਕਿ ਸਰਕਾਰ ਗਰੀਬਾਂ ਦੀ ਮੱਦਦ ਕਰ ਰਹੀ ਹੈ। ਪਰ ਮੇਰਾ ਸਵਾਲ ਇਹ ਹੈ ਕਿ ਆਪਾਂ ਸਰਕਾਰ ਦੀ ਮੱਦਦ ਕਿਉਂ ਲਈਏ? ਆਪਾਂ ਸਰਕਾਰ 'ਤੇ ਬੋਝ ਕਿਉਂ ਬਣੀਏ? ਸ਼ਰਕਾਰ ਸਾਨੂੰ ਮੁਫਤ ਪੈਸਾ ਕਿਉਂ ਦੇਵੇ? ਜੇ ਲੋਕਾਂ ਨੂੰ ਇੰਝ ਹੀ ਮੁਫਤ ਪੈਸਾ ਮਿਲਣ ਲਗ ਗਿਆ ਤਾਂ ਲੋਕ ਤਾਂ ਮਿਹਨਤ ਕਰਨਾ ਹੀ ਛੱਡ ਦੇਣਗੇ। ਜੇ ਲੋਕ ਕੰਮ ਕਰਨਾ, ਮਿਹਨਤ ਕਰਨਾ ਛੱਡ ਦੇਣਗੇ ਤਾਂ ਇਸ ਵਿੱਚ ਸੱਭ ਤੋਂ ਵੱਧ ਘਾਟਾ ਤਾਂ ਸਾਨੂੰ ਹੀ ਪਵੇਗਾ, ਸਾਡੇ ਦੇਸ਼ ਨੂੰ ਹੀ ਪਵੇਗਾ ਕਿਉਂਕਿ ਉਤਪਾਦਨ ਘੱਟ ਜਾਵੇਗਾ। ਆਪਾਂ ਮੁਫਤ ਦਾ ਪੈਸਾ ਲੈਕੇ ਅਤੇ ਸਰਕਾਰ ਮੁਫਤ ਦਾ ਪੈਸਾ ਦੇ ਕੇ ਆਪਣੇ ਪੈਰਾਂ ਤੇ ਆਪ ਹੀ ਕੁਹਾੜੀ ਮਾਰ ਰਹੀ ਹੈ। ਮੇਰਾ ਸੁਝਾਅ ਇਹ ਹੈ ਕਿ ਕਿਉਂ ਨਾ ਇੰਝ ਹੋ ਜਾਵੇ ਕਿ ਜੋ ਪੈਸਾ ਸਰਕਾਰ ਲੋਕਾਂ ਨੂੰ ਮੁਫਤ ਵਿੱਚ ਵੰਡਦੀ ਹੈ ਜਿਵੇਂ ਮਕਾਨ ਦੀ ਰਿਪੇਅਰ, ਬਿਜਲੀ ਦਾ ਬਿਲ ਮੁਆਫ ਕਰਨਾ, ਵਜ਼ੀਫੇ ਆਦਿ, ਸਰਕਾਰ ਉਸੇ ਪੈਸੇ ਦੀ ਮੱਦਦ ਨਾਲ ਲੋਕਾਂ ਨੂੰ ਹਰ ਤਰ੍ਹਾਂ ਦੇ ਕੰਮਾਂ ਸੰਬੰਧੀ ਟ੍ਰੇਨਿੰਗ ਦੇਵੇ। ਉਸੇ ਪੈਸੇ ਦੀ ਮੱਦਦ ਨਾਲ ਸਰਕਾਰ ਲੋਕਾਂ ਨੂੰ ਉਤਪਾਦਨ ਕਰਨ ਵਾਲੀਆਂ ਮਸ਼ੀਨਾਂ ਦੇਵੇ। ਕਿਸੇ ਨੂੰ ਖਿਡਾਉਣੇ ਬਣਾਉਣੇ ਸਿਖਾ ਦਿੱਤੇ ਜਾਣ ਅਤੇ ਕਿਸੇ ਨੂੰ ਕਾਪੀਆਂ, ਕਿਸੇ ਨੂੰ ਆਰ.ਓ. ਅਤੇ ਕਿਸੇ ਨੂੰ ਮੋਬਾਇਲ ਚਾਰਜਰ, ਕਿਸੇ ਨੂੰ ਅੰਗਰੇਜੀ ਅਤੇ ਕਿਸੇ ਨੂੰ ਪੰਜਾਬੀ ਟਾਇਪਿੰਗ, ਕਿਸੇ ਨੂੰ ਡੇਅਰੀ ਦਾ ਵਲ ਸਿਖਾਇਆ ਜਾਵੇ ਅਤੇ ਕਿਸੇ ਨੂੰ ਬੇਕਰੀ ਦਾ। ਜ਼ਰਾ ਸੋਚਕੇ ਦੇਖੋ, ਕਿੰਨਾਂ ਵਧੀਆ ਲਗੇਗਾ, ਜਦੋਂ ਹਰ ਇੱਕ ਗਭਰੂ ਕਿਸੇ ਨਾ ਕਿਸੇ ਚੀਜ਼ ਦਾ ਉਤਪਾਦਨ ਕਰ ਰਿਹਾ ਹੋਵੇਗਾ। ਜ਼ਰਾ ਸੋਚੋ ਜੇ ਹਰ ਕੋਈ ਹੀ ਉਤਪਾਦਨ ਕਰਨ ਲਗ ਗਿਆ ਤਾਂ ਦੇਸ਼ ਦੀ ਤਰੱਕੀ ਪਲਾਂ ਵਿੱਚ ਹੀ ਹੋ ਜਾਵੇਗੀ! ਹੁਣ ਜਦੋਂ ਵੀ ਮੈਂ ਆਪਣੇ ਕੰਮ ਕਾਜ ਤੇ ਜਾਂਦਾ ਹਾਂ, ਰਾਹਾਂ ਵਿੱਚ, ਪਿੰਡਾਂ ਅਤੇ ਸ਼ਹਿਰਾਂ ਵਿੱਚ, ਇੰਨ੍ਹੇ ਜ਼ਿਆਦਾ ਨੌਜਵਾਨ ਗੱਭਰੂ ਮੋੜਾਂ ਤੇ ਵਿਹਲੇ ਖੜ੍ਹੇ ਦੇਖਦਾ ਹਾਂ, ਤਾਂ ਦਿਲ ਰੋ ਪੈਂਦਾ ਹੈ। ਜੋ ਸਾਡੇ ਦੇਸ਼ ਦੀ ਸ਼ਾਨ ਬਣ ਸਕਦੇ ਹਨ, ਉਹ ਮੋੜਾਂ ਤੇ ਖੜ੍ਹਕੇ ਕੁੜੀਆਂ ਨੂੰ ਛੇੜ ਰਹੇ ਹਨ। ਬਸ ਮੇਰੀ ਇਹੋ ਹੀ ਸਰਕਾਰ ਨੂੰ ਗੁਜ਼ਾਰਿਸ਼ ਹੈ ਕਿ ਉਹ ਮੁਫਤ ਦਾ ਪੈਸਾ ਸਾਨੂੰ ਨਾ ਦੇਣ, ਬਲਕੀ ਸਾਨੂੰ ਨਵੇਂ ਨਵੇਂ ਕੰਮਾਂ ਅਤੇ ਕਾਰੋਬਾਰਾ ਤੋਂ ਜਾਣੂ ਕਰਵਾਇਆ ਜਾਵੇ ਅਤੇ ਸਾਨੂੰ ਆਤਮ ਨਿਰਭਰ ਬਨਾਉਣ ਵਿੱਚ ਸਾਡੀ ਸਹਾਇਤਾ ਕੀਤੀ ਜਾਵੇ। ਅਤੇ

8ਸਾਹਿਤਕਾਰ ਅਮਨਪ੍ਰੀਤ ਸਿੰਘ ਵਟਸ ਅਪ 09465554088

ਮੈਂ ਲੋਕਾਂ ਨੂੰ ਵੀ ਇਹ ਗੁਜ਼ਾਰਿਸ਼ ਕਰਾਂਗਾ ਕਿ ਉਹ ਮੁਫਤ ਦਾ ਪੈਸਾ ਨਾ ਲੈਣ, ਅਤੇ ਉਹ ਸਰਕਾਰ ਨੂੰ ਕਹਿਣ ਕਿ "ਸਾਨੂੰ ਇਹ ਪੈਸਾ ਮੁਫਤ ਨਹੀਂ ਚਾਹੀਦਾ। ਸਾਨੂੰ ਇਸੇ ਪੈਸੇ ਦੀ ਮੱਦਦ ਨਾਲ ਕੰਮ ਧੰਦੇ ਸਿਖਾਏ ਜਾਣ, ਸਾਨੂੰ ਆਤਮ-ਨਿਰਭਰ ਬਣਾਇਆ ਜਾਵੇ। ਅਸੀਂ ਭਾਰਤੀ ਮਿਹਨਤੀ ਦੇਸ਼ ਵਾਸੀ ਹਾਂ। ਅਸੀਂ ਬਹੁਤ ਅਣਖੀਲੇ ਹਾਂ। ਅਸੀਂ ਮੁਫਤ ਦਾ ਪੈਸਾ ਨਹੀਂ ਡਕਾਰਦੇ। ਅਸੀਂ ਆਪਣੀ ਹੱਕ ਸੱਚ ਦੀ ਕਮਾਈ ਕਰਨਾ ਚਾਹੁੰਦੇ ਹਾਂ ਕਿਉਂਕਿ ਇਹੋ ਹੀ ਆਦੇਸ਼ ਸੀ ਸਾਡੇ ਮਹਾਨ ਗੁਰੂਆਂ-ਪੀਰਾਂ ਦਾ!"

ਜੇ ਇੰਝ ਹੋ ਗਿਆ ਤਾਂ ਬਹੁਤ ਹੀ ਲਾਭ ਹੋਣਗੇ:-

1. ਕੋਈ ਵੀ ਨੌਜਵਾਨ ਵਿਹਲਾ ਨਹੀਂ ਰਹੇਗਾ, ਬੇਰੁਜ਼ਗਾਰੀ ਦਾ ਖਾਤਮਾ ਹੋ ਜਾਵੇਗਾ।

2. ਜ਼ੁਰਮ ਬਹੁਤ ਜ਼ਿਆਦਾ ਘੱਟ ਜਾਵੇਗਾ, ਕਿਉਂਕਿ ਜੇ ਕੋਈ ਵਿਹਲਾ ਹੀ ਨਹੀਂ ਰਹੇਗਾ ਤਾਂ ਜ਼ੁਰਮ ਕੌਣ ਕਰੇਗਾ। ਸਾਰੇ ਆਪੋ ਆਪਣੇ ਕੰਮਾਂ ਵਿੱਚ ਮਸਤ ਹੋ ਜਾਣਗੇ ਅਤੇ ਹਰ ਕਿਸੇ ਕੋਲ ਆਪਣੇ ਖਾਣ ਪੀਣ ਲਈ ਪੈਸਾ ਹੋਵੇਗਾ।

3. ਸਰਕਾਰ 'ਤੇ ਮੁਫਤ ਪੈਸਾ ਦੇਣ ਦਾ ਬੋਝ ਘੱਟ ਜਾਵੇਗਾ। ਸਰਕਾਰ ਉਸੇ ਪੈਸੇ ਦੀ ਮੱਦਦ ਨਾਲ ਦੇਸ਼ ਦੀ ਤਰੱਕੀ ਕਰੇਗੀ।

4. ਦੇਸ਼ ਦੀ ਤਰੱਕੀ ਪਲਾਂ ਵਿੱਚ ਹੀ ਹੋਣ ਲਗ ਜਾਵੇਗੀ ਕਿਉਂਕਿ ਹਰ ਨੌਜਵਾਨ ਦੇਸ਼ ਦੇ ਉਤਪਾਦਨ ਵਿੱਚ ਹਿੱਸਾ ਪਾ ਰਿਹਾ ਹੋਵੇਗਾ। ਦੇਸ਼ ਵਿੱਚ ਇੰਨਾਂ ਕੁ ਜ਼ਿਆਦਾ ਉਤਪਾਦਨ ਹੋ ਜਾਏਗਾ ਕਿ ਵਿਦੇਸ਼ੀ ਮੁਲਕ ਆਪਣੇ ਉਤਪਾਦਨ ਖਰੀਦਣ ਲਗ ਜਾਣਗੇ।

5. ਸੱਭ ਤੋਂ ਵੱਡਾ ਫਾਇਦਾ ਇਹ ਹੋਵੇਗਾ ਕਿ ਭਾਰਤ ਫਿਰ ਤੋਂ ਸੋਨੇ ਦੀ ਚਿੜੀਆ ਬਣ ਜਾਵੇਗਾ।

ਸਾਹਿਤਕਾਰ ਅਮਨਪ੍ਰੀਤ ਸਿੰਗ

ਵਟਸ ਅਪ: 09465554088

"ਚਿੰਤਾ- ਇੱਕ ਜਾਨਲੇਵਾ ਵਹਿਮ"

ਚਿੰਤਾ ਇੱਕ ਅਜਿਹਾ ਅਦ੍ਰਿਸ਼ ਵਾਇਰਸ ਹੈ ਜਿਸਨੇ ਅੱਜ ਹਰ ਇਨਸਾਨ ਨੂੰ ਆਪਣਾ ਸ਼ਿਕਾਰ ਬਣਾ ਲਿਆ ਹੈ। ਕੀ ਚਿੰਤਾ ਦਾ ਸੱਚਮੁੱਚ ਕੋਈ ਸਤਿਥਵ ਹੈ? ਥੋੜ੍ਹਾ ਸਮਝਦੇ ਹਾਂ। ਕੁੱਝ ਦਿਨ ਪਹਿਲਾਂ ਦੀ ਹੀ ਗਲ ਹੈ, ਮੈਂ ਬੱਸ ਵਿੱਚ ਸਕੂਲ ਤੋਂ ਘਰ ਵਾਪਿਸ ਆ ਰਿਹਾ ਸੀ। ਮੈਂ 30 ਰੁਪਏ ਦੀ ਟਿਕਟ ਕਟਵਾ ਲਈ। ਬੱਸ ਥੋੜ੍ਹੀ ਅੱਗੇ ਚੱਲ ਕੇ ਹੀ ਖਰਾਬ ਹੋ ਗਈ ਹੈ। ਬਸ ਕੰਡਕਟਰ ਨੇ ਸਾਨੂੰ ਦੂਜੀ ਬੱਸ 'ਤੇ ਚੜ੍ਹਾ ਦਿੱਤਾ। ਦੂਜੀ ਬੱਸ ਵਾਲੇ ਨੇ ਮੇਰੀ ਫਿਰ 20 ਰੁਪਏ ਦੀ ਟਿਕਟ ਕਟ ਲਈ, ਉਸਨੇ ਪੁਰਾਣੀ ਬੱਸ ਦੀ ਟਿਕਟ ਨੂੰ ਨਾ ਮੰਨਿਆ। ਇੱਕ ਵਾਰ ਮੈਨੂੰ ਬਹੁਤ ਚਿੰਤਾ ਹੋ ਗਈ ਕਿ ਮੇਰੇ 20 ਰੁਪਏ ਵਿਅਰਥ ਹੀ ਗਏ। ਮੇਰੇ ਨਾਲ ਤਾਂ ਧੋਖਾ ਹੋ ਗਿਆ। ਚਿੰਤਾ ਕਾਫੀ ਆ ਗਈ ਹਾਲਾਂਕਿ 20 ਰੁਪਏ ਨਾਲ ਮੈਨੂੰ ਕੋਈ ਫਰਕ ਨਹੀਂ ਸੀ ਪੈਂਦਾ। ਮੇਰੇ ਸਰੀਰ ਅੰਦਰ ਜ਼ਹਿਰ ਬਨਣਾ ਸ਼ੁਰੂ ਹੋ ਗਿਆ। ਥੋੜ੍ਹੇ ਹੀ ਸਮੇਂ ਬਾਅਦ ਮੈਂ ਸੋਚਿਆ, ਮੈਂ ਮਨ ਹੀ ਮਨ ਪ੍ਰਾਰਥਨਾ ਕੀਤੀ "ਜਿੱਥੇ ਵੀ ਮੇਰੇ 20 ਰੁਪਏ ਜਾਣ, ਉਹ ਲੋਕਾਂ ਦਾ ਭਲਾ ਹੀ ਕਰਦੇ ਜਾਣ, ਕਿਸੇ ਮਜਬੂਰ ਦੀ ਸਹਾਇਤਾ ਹੀ ਕਰ ਜਾਣ।" ਇੰਨਾਂ ਸੋਚਦੇ ਹੀ ਮੇਰੇ ਅੰਦਰ ਜ਼ਹਿਰ ਬਨਣਾ ਬੰਦ ਹੋ ਗਿਆ ਅਤੇ ਅਮ੍ਰਿਤ ਬਨਣਾ ਸ਼ੁਰੂ ਹੋ ਗਿਆ। ਹੈਰਤ ਦੀ ਗਲ ਤਾਂ ਇਹ ਹੈ ਕਿ ਉਹੀ ਬੱਸ, ਉਹੀ ਸਮਾਂ, ਉਹੀ 20 ਰੁਪਏ ਦਾ ਨੁਕਸਾਨ ਕੁੱਝ ਪਲ ਪਹਿਲਾਂ ਜੋ ਚਿੰਤਾ ਦਾ ਕਾਰਨ ਸੀ, ਇੱਕ ਨੈਤਿਕ ਵਿਚਾਰ ਨੇ ਇਸ ਸੱਭ ਨੂੰ ਮੇਰੀ ਖੁਸ਼ੀ ਦਾ ਕਾਰਨ ਬਣਾ ਦਿੱਤਾ। ਇਸਦਾ ਮਤਲਬ ਇਹ ਹੋਇਆ ਕਿ ਚਿੰਤਾ ਤਾਂ ਫਿਰ ਕੁੱਝ ਹੈ ਹੀ ਨਹੀਂ ਸੀ। ਇਹ ਤਾਂ ਸਿਰਫ ਮੇਰਾ ਭੁਲੇਖਾ ਹੀ ਸੀ। ਇਹ ਤਾਂ ਸਿਰਫ ਅੰਧਕਾਰ ਸੀ ਜੋ ਇੱਕ ਧਾਰਮਿਕ ਵਿਚਾਰ ਨਾਲ ਕਿਤੇ ਗਾਇਬ ਹੀ ਹੋ ਗਿਆ।

ਸਾਹਿਤਕਾਰ ਅਮਨਪ੍ਰੀਤ ਸਿੰਘ

ਵਟਸ ਅਪ: 09465554088

"ਦਿਮਾਗ ਇੱਕ ਮੋਬਾਇਲ ਫੋਨ ਦੀ ਰੈਮ ਹੀ ਹੈ"

ਅੱਜ ਦੇ ਯੁੱਗ ਵਿੱਚ ਐਂਡਰਾਇਡ ਫੋਨ ਦਾ ਜ਼ਮਾਨਾ ਆ ਗਿਆ ਹੈ ਅਤੇ ਇੱਕ ਜੀ. ਬੀ. ਰੈਮ ਤੋਂ ਘੱਟ ਵਾਲਾ ਅੱਜਕੱਲ੍ਹ ਕੋਈ ਫੋਨ ਲੈਣਾ ਹੀ ਨਹੀਂ ਚਾਹੁੰਦਾ। ਇੱਕ ਜੀ. ਬੀ. ਰੈਮ ਵਾਲੇ ਫੋਨ ਵਿੱਚ ਤਿੰਨ-ਚਾਰ ਐਪਲੀਕੇਸ਼ਨਜ਼ ਇੱਕਠੀਆਂ ਚਲਾਈਆਂ ਜਾ ਸਕਦੀਆਂ ਹਨ। ਹਰ ਐਪ ਆਪਣੀ-ਆਪਣੀ ਜਗ੍ਹਾ ਰੈਮ ਵਿੱਚ ਘੇਰਦੀ ਹੈ। ਜੇਕਰ ਜਿਆਦੀਆਂ ਐਪਲੀਕੇਸ਼ਨਜ਼ ਖੋਲ੍ਹ ਲਈਏ ਤਾਂ ਰੈਮ ਦੀ ਸਾਰੀ ਜਗ੍ਹਾ ਭਰ ਜਾਂਦੀ ਹੈ ਅਤੇ ਫੋਨ ਹੈਂਗ ਹੋ ਜਾਂਦਾ ਹੈ। ਹੈਰਾਨੀ ਵਾਲੀ ਗਲ ਇਹ ਹੈ ਕਿ ਆਪਣਾ ਦਿਮਾਗ ਵੀ ਇੱਕ ਜੀ.ਬੀ. ਰੈਮ ਵਾਂਗ ਹੀ ਕੰਮ ਕਰਦਾ ਹੈ। ਜਦੋਂ ਵੀ ਆਪਣੇ ਦਿਮਾਗ ਵਿੱਚ ਕੋਈ ਗਲ ਚੱਲ ਰਹੀ ਹੁੰਦੀ ਹੈ (ਜਿਵੇਂ ਕਿ ਆਪਣੀ ਕਿਸੇ ਨਾਲ ਲੜ੍ਹਾਈ ਹੋਈ ਹੋਵੇ, ਜਾਂ ਕਿਸੇ ਨੇ ਆਪਾਂ ਨੂੰ ਬੁਰਾ ਭਲਾ ਕਿਹਾ ਹੋਵੇ ਯਾ ਪੈਸੇ ਲੈਣੇ ਯਾ ਦੇਣੇ ਹੋਣ) ਤਾਂ ਸਮਝੋ ਉਹ ਆਪਣੇ ਦਿਮਾਗ ਵਿੱਚ ਇੱਕ ਐਪਲੀਕੇਸ਼ਨ ਚਲ ਰਹੀ ਹੁੰਦੀ ਹੈ, ਉਹ ਆਪਣੇ ਦਿਮਾਗ ਦੀ ਰੈਮ ਵਿੱਚ ਜਗ੍ਹਾ ਘੇਰ ਰਹੀ ਹੁੰਦੀ ਹੈ। ਪਰ ਆਪਣੇ ਦਿਮਾਗ ਵਿੱਚ ਤਾਂ ਇੱਕੋ ਸਮੇਂ 20-25 ਤੋਂ ਵੱਧ ਗਲਾਂ ਚਲ ਰਹੀਆਂ ਹੁੰਦੀਆਂ ਹਨ, ਜਿਸ ਕਾਰਨ ਆਪਣੇ ਦਿਮਾਗ ਦੀ ਰੈਮ ਪਲਾਂ ਵਿੱਚ ਭਰਕੇ ਓਵਰਲੋਡ ਹੋ ਜਾਂਦੀ ਹੈ, ਜਿਸ ਕਰਕੇ ਆਪਣਾ ਦਿਮਾਗ ਹੈਂਗ ਹੋ ਜਾਂਦਾ ਹੈ ਅਤੇ ਆਪਾਂ ਸਹੀ ਫੈਸਲਾ ਲੈਣ ਵਿੱਚ ਅਸਮਰਥ ਹੋ ਜਾਂਦੇ ਹਾਂ। ਜਿਸ ਤਰ੍ਹਾਂ ਫੋਨ ਤੇ ਜ਼ਿਆਦਾ ਲੋਡ ਪੈ ਜਾਵੇ, ਉਹ ਗਰਮ ਹੋ ਜਾਂਦਾ ਹੈ, ਉਸੇ ਤਰ੍ਹਾਂ ਜੇ ਦਿਮਾਗ ਦੀ ਰੈਮ ਤੇ ਜ਼ਿਆਦਾ ਲੋਡ ਪੈ ਜਾਵੇ ਤਾਂ ਅਸੀਂ ਬਿਮਾਰ ਹੋ ਜਾਂਦੇ ਹਾਂ, ਜ਼ਿਆਦਾ ਦਿਮਾਗ ਵਿੱਚ ਚਲਦੀਆਂ ਗਲਾਂ (ਐਪਲੀਕੇਸ਼ਨਜ਼) ਚਿੰਤਾ ਦਾ ਰੂਪ ਲੈ ਲੈਂਦੀਆਂ ਹਨ। ਅਚੰਭੇ ਦੀ ਗਲ ਤਾਂ ਇਹ ਹੈ ਕਿ ਆਪਣੇ ਦਿਮਾਗ ਵਿੱਚ ਜੋ 20-25 ਗਲਾਂ ਇੱਕੋ ਸਮੇਂ ਹੀ ਚਲ ਰਹੀਆਂ ਹੁੰਦੀਆਂ ਹਨ, ਉਹਨਾਂ ਵਿੱਚੋਂ ਇੱਕ ਅੱਧੀ ਹੀ ਕੋਈ ਕੰਮ ਦੀ ਗਲ ਹੁੰਦੀ ਹੈ, ਜੋ ਚਲਣੀ ਚਾਹੀਦੀ ਹੈ, ਬਾਕੀ ਸਭ ਵਿਅਰਥ ਹੁੰਦੀਆਂ ਹਨ। ਉਹਨਾਂ ਗਲਾਂ (ਐਪਲੀਕੇਸ਼ਨਜ਼) ਨੂੰ ਬੰਦ ਕਰਨ ਲਈ ਤਾਂ ਜੋ ਆਪਣੀ ਦਿਮਾਗ ਦੀ ਰੈਮ ਤੇ ਲੋਡ ਨਾ ਪਵੇ, ਉਹਨਾਂ ਗਲਾਂ ਨੂੰ ਸੋਚਣਾ ਹੀ ਬੰਦ ਕਰ ਦੇਣਾ ਚਾਹੀਦਾ ਹੈ। ਉਹਨਾਂ ਗਲਾਂ ਦਾ ਬੁਰਾ ਪਾਸਾ ਹੀ ਨਹੀਂ ਸੋਚਣਾ ਛੱਡਣਾ, ਉਸਦਾ ਚੰਗਾ ਪਾਸਾ ਵੀ ਸੋਚਣਾ ਛੱਡ ਦੇਣਾ ਹੈ। ਕਿਉਂਕਿ ਜੇ ਚੰਗਾ ਪਾਸਾ ਸੋਚ ਲਿਆ ਤਾਂ ਬੁਰਾ ਪਾਸਾ ਵੀ ਯਾਦ ਆ ਜਾਉ ਅਤੇ ਐਪਲੀਕੇਸ਼ਨਜ਼ ਫਿਰ ਤੋਂ ਸ਼ੁਰੂ ਹੋ ਜਾਣਗੀਆਂ। ਜੇਕਰ ਮਾਨਸਿਕ ਤਨਾਵ ਤੋਂ ਬੱਚਣਾ ਚਾਹੁੰਦੇ ਹੋ, ਤਾਂ ਸਿਰਫ ਉਹੀ ਸੋਚੋ ਜੋ ਸੋਚਣਾ ਬਹੁਤ ਜ਼ਰੂਰੀ ਹੈ, ਅਤੇ ਵਿਅਰਥ ਸੋਚਾਂ (ਐਪਲੀਕੇਸ਼ਨਜ਼) ਨੂੰ ਉਪਰੋਕਤ ਲਿਖੇ ਤਰੀਕੇ ਨਾਲ ਬੰਦ ਕਰ ਦਿਉ।

ਸਾਹਿਤਕਾਰ ਅਮਨਪ੍ਰੀਤ ਸਿੰਘ

ਵਟਸ ਐਪ 09465554088

"ਦੂਜਿਆਂ ਦੀ ਥਾਲੀ ਵਿੱਚ ਲੱਡੂ ਦਿੱਖਣ ਵੱਡੇ"

ਥੋੜ੍ਹਾ ਸਮਾਂ ਪਹਿਲਾਂ ਦੀ ਹੀ ਗਲ ਹੈ, ਮੈਂ ਆਪਣਾ ਮਕਾਨ ਵੇਚਣਾ ਚਾਹੁੰਦਾ ਸੀ। ਮੈਂ ਘਰੋਂ ਨਿਕਲ ਗਿਆ ਮਕਾਨ ਦਾ ਮੁਲ ਪਤਾ ਕਰਨ। ਮੈਨੂੰ ਰਸਤੇ ਵਿੱਚ ਇੱਕ ਦੁਕਾਨਦਾਰ ਮਿਲਿਆ, ਉਸ ਨਾਲ ਮੈਂ ਆਪਣੇ ਦਿਲ ਦੀ ਗਲ ਸਾਂਝੀ ਕੀਤੀ। ਉਸ ਦੀਆਂ ਗਲਾਂ ਸੁਣਕੇ ਕਦੇ ਮੈਨੂੰ ਹਾਸਾ ਆਵੇ ਅਤੇ ਕਦੇ ਹੈਰਾਨੀ ਹੋਵੇ। ਉਸਨੇ ਮੇਰੇ ਤੋਂ ਪੁੱਛਿਆ "ਤੁਸੀਂ ਘਰ ਕਿਉਂ ਵੇਚਣਾ ਚਾਹੁੰਦੇ ਹੋ?" ਮੈਂ ਜਵਾਬ ਦਿੱਤਾ "ਕਿਉਂਕਿ ਮੈਂ ਨਵਾਂ ਘਰ ਲੈਣਾ ਚਾਹੁੰਦਾ ਹਾਂ।"

"ਤੁਸੀਂ ਕੀ ਕਰਦੇ ਹੋ?"

"ਮੈਂ ਸਰਕਾਰੀ ਅਧਿਆਪਕ ਹਾਂ।"

"ਅੱਛਾ! ਤਾਂ ਹੀ ਤੁਸੀਂ ਨਵਾਂ ਘਰ ਲੈਣਾ ਚਾਹੁੰਦੇ ਹੋ। ਅੱਜਕੱਲ੍ਹ ਤਾਂ ਪੈਸਾ ਸਰਕਾਰੀ ਅਧਿਆਪਕਾਂ ਕੋਲ ਹੀ ਰਹਿ ਗਿਆ ਹੈ। ਤੀਹ ਤੀਹ ਹਜ਼ਾਰ ਤਨਖਾਹਾਂ ਹੋ ਗਈਆਂ ਹਨ। ਵੱਧ ਤੋਂ ਵੱਧ ਉਹ 15000 ਰੁਪਏ ਖਰਚ ਕਰ ਲਏਗਾ, ਇਸ ਤੋਂ ਵੱਧ ਤਾਂ ਖਰਚ ਹੁੰਦਾ ਹੀ ਨਹੀਂ। ਫਿਰ ਵੀ ਉਹ 15000 ਰੁਪਏ ਬਚਾਅ ਸਕਦਾ ਹੈ। ਪਰ ਸਾਡੇ ਕੋਲ ਪੈਸੇ ਕਿੱਥੇ, ਸਾਡੇ ਕੋਲ ਭਾਂਵੇ 20 ਪਲਾਟ ਪਏ ਹਨ, ਪਰ ਘਰ ਪਾਉਣ ਜੋਗਾ ਪੈਸਾ ਹੀ ਨਹੀਂ ਹੈ।"

ਹਾਹਾ, ਇਹ ਸੁਣਦਿਆਂ ਹੀ ਮੇਰਾ ਮਨ ਹੀ ਮਨ ਬਹੁਤ ਹਾਸਾ ਨਿਕਲਿਆ। ਇੱਕ ਸਰਕਾਰੀ ਅਧਿਆਪਕ ਆਪਣੀ ਸਾਰੀ ਜ਼ਿੰਦਗੀ ਦੀ ਕਮਾਈ ਵਿੱਚੋਂ ਜੇਕਰ ਇੱਕ ਚੰਗਾ ਘਰ ਬਣਾ ਲਏ ਤਾਂ ਇਹ ਬਹੁਤ ਵੱਡੀ ਗਲ ਹੁੰਦੀ ਹੈ। ਮਹੀਨੇ ਦਾ 15000 ਰੁਪਏ ਜੋੜਕੇ ਇੱਕ ਚੰਗਾ ਘਰ ਨਹੀਂ ਬਣਾਇਆ ਜਾ ਸਕਦਾ। ਉਸ ਕੋਲ ਤਾਂ 20 ਪਲਾਟ ਸਨ, ਇੱਕ ਸਰਕਾਰੀ ਅਧਿਆਪਕ ਸਾਰੀ ਉਮਰ ਵਿੱਚ 1 ਪਲਾਟ ਖਰੀਦ ਲਏ ਤਾਂ ਇਹ ਬਹੁਤ ਵੱਡੀ ਗਲ ਹੁੰਦੀ ਹੈ। ਪਰ ਫਿਰ ਵੀ ਉਹ ਰੋ ਰਿਹਾ ਸੀ ਅਤੇ ਇੱਕ ਸਰਕਾਰੀ ਅਧਿਆਪਕ ਨੂੰ ਆਪਣੇ ਨਾਲੋਂ ਵਧੇਰੇ ਚੰਗਾ ਸਮਝ ਰਿਹਾ ਸੀ। ਮੈਂ ਸੋਚਿਆ ਜੇਕਰ ਰਬ ਉਸਨੂੰ ਉਸੇ ਵੇਲੇ ਇੱਕ ਸਰਕਾਰੀ ਅਧਿਆਪਕ ਬਣਾ ਦੇਵੇ ਅਤੇ 20 ਪਲਾਟ ਵਾਪਿਸ ਲੈ ਲਵੇ, ਤਾਂ ਇਸ ਗਲ ਦੀ ਗਰੰਟੀ ਹੈ ਕਿ, ਉਸਨੂੰ ਉਸੇ ਵਕਤ ਹੀ ਦਿਲ ਦਾ ਦੌਰਾ ਪੈ ਜਾਵੇਗਾ। ਇਨਸਾਨ ਨੂੰ ਤਾਂ ਰੋਣ ਦੀ ਆਦਤ ਹੀ ਬਣ ਗਈ ਹੈ। ਉਸਨੂੰ ਆਪਣੇ ਉੱਤੇ ਬਖਸ਼ੀਆਂ ਰਬ ਦੀਆਂ ਦਾਤਾਂ ਤਾਂ ਦਿਖਾਈ ਹੀ ਨਹੀਂ ਦਿੰਦੀਆਂ। ਉਹ ਤਾਂ ਹਮੇਸ਼ਾਂ ਦੂਜਿਆਂ ਦੀਆਂ ਚੀਜਾਂ, ਪ੍ਰਾਪਤੀਆਂ ਦੇਖਕੇ ਆਪਣਾ ਖੂਨ ਸਾੜਦਾ ਰਹਿੰਦਾ ਹੈ।

ਸਾਹਿਤਕਾਰ: ਅਮਨਪ੍ਰੀਤ ਸਿੰਘ

ਵਟਸ ਅਪ: 09465554088

"ਹੁਣ ਮੋਬਾਇਲ ਬਣੇਗਾ ਤੁਹਾਡਾ ਪੀ.ਏ."

ਵਿਕਾਸ ਕਰ ਰਹੇ ਤਕਨੀਕੀ ਯੁੱਗ ਨੇ ਥਮ੍ਹਾ ਦਿੱਤਾ ਹੈ, ਹਰ ਕਿਸੇ ਦੇ ਹੱਥ ਵਿੱਚ ਐਂਡਰਾਇਡ ਮੋਬਾਇਲ ਫੋਨ। ਸਾਰੀ ਦੁਨੀਆ ਨੂੰ ਜੋੜ ਦਿੱਤਾ ਹੈ, ਇੰਟਰਨੈੱਟ ਦੁਆਰਾ ਇਹਨਾਂ ਮੋਬਾਇਲ ਫੋਨਾਂ ਨੇ। ਅੱਜਕੱਲ੍ਹ ਇਹ ਬਹੁਤ ਸੁਨਣ ਵਿੱਚ ਆ ਰਿਹਾ ਹੈ ਕਿ ਮੋਬਾਇਲ ਫੋਨਾਂ ਨੇ ਨੌਜਵਾਨ ਪੀੜ੍ਹੀ ਦਾ ਬੇੜਾ ਗਰਕ ਕਰ ਦਿੱਤਾ ਹੈ। ਹੁਣ ਹਰ ਕੋਈ ਆਪਣਾ ਸਾਰਾ ਸਮਾਂ ਵਟਸ ਅਪ ਅਤੇ ਫੇਸਬੁਕ ਤੇ ਹੀ ਬਰਬਾਦ ਕਰ ਦਿੰਦਾ ਹੈ। ਇਹ ਗਲ ਬਿਲਕੁਲ ਠੀਕ ਹੈ। ਜਿਹੜੀ ਤਕਨੀਕ ਆਪਣੇ ਲਈ ਵਰਦਾਨ ਬਣ ਸਕਦੀ ਹੈ, ਉਹ ਸ਼ਰਾਪ ਬਣਦੀ ਜਾ ਰਹੀ ਹੈ। ਮੈਂ ਤੁਹਾਨੂੰ ਇਹ ਕਹਿ ਦੇਣਾ ਚਾਹਾਂਗਾ ਕਿ ਹਰ ਤਕਨੀਕ ਦੇ ਫਾਇਦੇ ਅਤੇ ਨੁਕਸਾਨ ਹੁੰਦੇ ਹਨ। ਚਲੋ ਆਪਾਂ ਬਿਜਲੀ ਦੀ ਉਦਾਹਰਣ ਹੀ ਲੈ ਲੈਂਦੇ ਹਾਂ। ਬਿਜਲੀ ਦਾ ਆਵਿਸ਼ਕਾਰ ਆਪਣੇ ਫਾਇਦੇ ਲਈ ਹੀ ਕੀਤਾ ਗਿਆ ਸੀ। ਜੇ ਆਪਾਂ ਬਿਜਲੀ ਨੂੰ ਸਹੀ ਢੰਗ ਨਾਲ ਵਰਤੀਏ ਤਾਂ ਇਹ ਆਪਣੇ ਲਈ ਵਰਦਾਨ ਹੈ, ਪਰ ਜੇ ਆਪਾ ਇਸਦੀ ਵਰਤੋ ਸਮੇਂ ਅਣਗਹਿਲੀ ਕਰੀਏ ਤਾਂ ਇਹ ਆਪਣੀ ਮੌਤ ਦਾ ਕਾਰਨ ਵੀ ਬਣ ਸਕਦੀ ਹੈ। ਬਿਜਲੀ ਕਾਰਨ ਆਪਾਂ ਹੋ ਰਹੀਆਂ ਮੌਤਾਂ ਨੂੰ ਦੇਖਕੇ ਆਪਾਂ ਇਹ ਨਹੀਂ ਕਹਿ ਸਕਦੇ ਕਿ ਬਿਜਲੀ ਸਾਡੇ ਲਈ ਸ਼ਰਾਪ ਹੈ। ਠੀਕ ਇਸੇ ਤਰ੍ਹਾਂ ਆਪਾਂ ਮੋਬਾਇਲ ਫੋਨ ਦੀ ਨਵੀਂ ਤਕਨੀਕ ਨੂੰ ਵੀ ਸ਼ਰਾਪ ਨਹੀਂ ਕਹਿ ਸਕਦੇ। ਜੇ ਆਪਾਂ ਇਸ ਨੂੰ ਢੰਗ ਨਾਲ ਵਰਤੀਏ ਤਾਂ, ਇਹ ਵੀ ਆਪਣੇ ਲਈ ਇੱਕ ਬਹੁਤ ਵੱਡਾ ਵਰਦਾਨ ਬਣ ਸਕਦਾ ਹੈ। ਮੈਂ ਤੁਹਾਨੂੰ ਦੱਸਦਾ ਹਾਂ ਕਿ ਤੁਸੀਂ ਆਪਣੇ ਮੋਬਾਇਲ ਨੂੰ ਵਰਦਾਨ ਕਿਵੇਂ ਬਣਾ ਸਕਦੇ ਹੋ। ਖਾਸ ਕਰਕੇ ਇਹ ਜਾਣਕਾਰੀ ਜਵਾਨਾਂ ਲਈ ਬਹੁਤ ਫਾਇਦੇਮੰਦ ਹੈ। ਹੁਣ ਮੋਬਾਇਲ ਬਣੇਗਾ ਤੁਹਾਡਾ ਪੀ.ਏ.। ਆਪਾਂ ਕਈ ਵਾਰ ਆਪਣੇ ਜ਼ਰੂਰੀ ਕੰਮਾਂ ਦੀ ਲਿਸਟ ਇੱਕ ਪੇਜ ਤੇ ਬਣਾਉਂਦੇ ਹਾਂ, ਹੁਣ ਤੁਸੀਂ ਇਹ ਲਿਸਟ ਆਪਣੀ ਮੈਮੋ ਐਪਲੀਕੇਸ਼ਨ ਵਿੱਚ ਵੀ ਬਣਾ ਸਕਦੇ ਹੋ ਯਾ ਮੈਸੇਜ ਵਿੱਚ ਲਿੱਖ ਕੇ ਉਸਨੂੰ ਸੇਵ ਕਰ ਸਕਦੇ ਹੋ। ਲਿਸਟ ਗੁਆਚਣ ਦਾ ਡਰ ਹੀ ਖਤਮ ਹੋ ਜਾਵੇਗਾ। ਕੈਲਕੁਲੇਟਰ ਤੁਸੀਂ ਆਪਣੇ ਮੋਬਾਇਲ ਵਿੱਚ ਬਣੀ ਐਪਲੀਕੇਸ਼ਨ ਤੋਂ ਹੀ ਵਰਤ ਸਕਦੇ ਹੋ। ਜਦੋਂ ਤੁਸੀਂ ਕੁਝ ਪੇਜ ਫੋਟੋ ਸਟੇਟ ਕਰਵਾਉਣੇ ਹੋਣ, ਹੁਣ ਉਸਦੀ ਵੀ ਜ਼ਰੂਰਤ ਨਹੀਂ, ਤੁਸੀਂ ਉਹਨਾਂ ਪੇਜਾਂ ਦੀਆਂ ਫੋਟੋਆਂ ਆਪਣੇ ਫੋਨ ਵਿਚ ਹੀ ਖਿੱਚ ਸਕਦੇ ਹੋ, ਅਤੇ ਜਦ ਵੀ ਲੋੜ ਪਵੇ, ਤੁਸੀਂ ਉਸ ਜਾਣਕਾਰੀ ਨੂੰ ਆਪਣੇ ਫੋਨ ਵਿੱਚ ਹੀ ਪੱੜ੍ਹ ਸਕਦੇ ਹੋਂ। ਤੁਸੀਂ ਦੁਨੀਆ ਵਿੱਚ ਹਰ ਜਾਣਕਾਰੀ ਇੰਟਰਨੈੱਟ ਦੁਆਰਾ ਆਪਣੇ ਫੋਨ ਵਿਚ ਹੀ ਹਾਸਲ ਕਰ ਸਕਦੇ ਹੋ। ਹੋਰ ਤੋਂ ਹੋਰ, ਅੱਜਕੱਲ੍ਹ ਤਾਂ ਤੁਸੀਂ ਕਿੰਨੇ ਤਰ੍ਹਾਂ ਦੀਆਂ ਪੁਸਤਕਾਂ ਵੀ ਮੋਬਾਇਲ ਫੋਨ ਵਿੱਚ ਮੁਫਤ ਪੱੜ੍ਹ ਸਕਦੇ ਹੋ। ਅਤੇ ਤੁਸੀਂ ਪੁਸਤਕਾਂ ਦੇ ਅੱਖਰ ਵੱਡੇ ਛੋਟੇ, ਅਤੇ ਉਹਨਾਂ ਦਾ ਰੰਗ ਵੀ ਆਪਣੀ ਮਰਜੀ ਅਨੁਸਾਰ ਰੱਕ ਸਕਦੇ ਹੋ। ਅੱਜਕੱਲ੍ਹ ਬੜੇ ਤਰ੍ਹਾਂ ਦੀਆਂ ਪਰਸਨਲ ਅਸਿਸਟੈਂਟ ਐਪਲੀਕੇਸਨਜ਼ ਵੀ ਆ ਚੁੱਕੀਆਂ ਹਨ, ਜੋ ਇੱਕ ਪੀ.ਏ. ਦੀ ਤਰ੍ਹਾਂ ਹੀ ਕੰਮ ਕਰਦੀਆਂ ਹਨ। ਤੁਸੀਂ ਅਜਿਹੀਆਂ ਐਪਲੀਕੇਸ਼ਨਜ਼ ਤੋਂ ਕਿਸੇ ਵੀ ਤਰ੍ਹਾਂ ਦੀ ਜਾਣਕਾਰੀ ਲੈ ਸਕਦੇ ਹੋ, ਆਪਣੇ ਰੋਜ਼ਗਾਰ ਦੀ ਕਾਲ ਵੀ ਕਰ ਸਕਦੇ ਹੋ। ਅੰਗਰੇਜ਼ੀ ਸਿੱਖਣ ਵਾਲੇ ਵਿਦਿਆਰਥੀਆਂ ਲਈ ਤਾਂ ਮੋਬਾਇਲ ਫੋਨ ਬਹੁਤ ਹੀ ਲਾਭਕਾਰੀ ਸਿੱਧ ਹੋ ਸਕਦਾ ਹੈ। ਉਹ ਆਪਣੇ ਫੋਨ ਵਿੱਚ ਅੰਗਰੇਜ਼ੀ ਦਾ ਸ਼ਬਦ-ਕੋਸ਼ ਵੀ ਡਾਊਨਲੋਡ ਕਰ ਸਕਦੇ ਹਨ। ਉਹ ਜਦ ਵੀ ਚਾਹਣਗੇ ਕਿਸੇ ਅੰਗਰੇਜੀ ਸ਼ਬਦ ਦਾ ਅਰਥ ਸਮਝਣਾ, ਤਾਂ ਫੋਨ ਉਹਨਾਂ ਨੂੰ ਸਿਰਫ

ਮਤਲਬ ਹੀ ਨਹੀਂ ਦੱਸੇਗਾ, ਬਲਕੀ ਉਹ ਸ਼ਬਦ ਨੂੰ ਬੋਲਣਾ ਕਿਵੇਂ ਹੈ, ਇਹ ਬੋਲਕੇ ਦੱਸੇਗਾ। ਤੁਸੀਂ ਆਪਣੇ ਫੋਨ ਦੀ ਰਿਮਾਈਂਡਰ ਡਾਲੀ ਐਪਲੀਕੇਸ਼ਨ ਵਿੱਚ ਆਪਣੇ ਜ਼ਰੂਰੀ ਕੰਮਾਂ ਦਾ ਰਿਮਾਈਂਡਰ ਵੀ ਲਗਾ ਸਕਦੇ ਹੋ। ਇਸਦਾ ਮਤਲਬ ਇਹ ਹੈ ਕਿ, ਜਿਸ ਮਿਤੀ ਨੂੰ ਵੀ ਤੁਸੀਂ ਕੋਈ ਜ਼ਰੂਰੀ ਕੰਮ ਕਰਨਾ ਹੋਵੇਗਾ, ਅਤੇ ਜਿਸ ਸਮੇਂ ਤੁਸੀਂ ਉਹ ਕੰਮ ਕਰਨਾ ਹੋਵੇਗਾ, ਤਾਂ ਠੀਕ ਉਸੀ ਮਿਤੀ ਅਤੇ ਸਮੇਂ ਨੂੰ ਤੁਹਾਡੇ ਫੋਨ ਦਾ ਅਲਾਰਮ ਵੱਜੇਗਾ, ਅਤੇ ਸਕਰੀਨ ਉੱਤੇ ਇਹ ਵੀ ਲਿਖੀਆ ਆਵੇਗਾ ਕਿ ਤੁਸੀਂ ਹੁਣ ਕਿਹੜਾ ਕੰਮ ਕਰਨਾ ਹੈ। ਤੁਸੀਂ ਆਪਣੇ ਮੋਬਾਇਲ ਦੇ ਵਿੱਚ ਬੈਂਕ ਦੀ ਐਪਲੀਕੇਸ਼ਨ ਪਾਕੇ, ਆਪਣੇ ਬੈਂਕ ਦੇ ਲਗਭਗ ਸਾਰੇ ਕੰਮ ਨੇਪੜੇ ਚਾੜ੍ਹ ਸਕਦੇ ਹੋ। ਤੁਸੀਂ ਆਪਣੇ ਮੋਬਾਇਲ ਰਿਚਾਰਜ, ਬਿਜਲੀ ਦਾ ਬਿਲ, ਡਿਸ਼ ਟੀ.ਵੀ. ਰਿਚਾਰਜ, ਓਨਲਾਈਨ ਸ਼ੋਪਿੰਗ, ਤੁਸੀਂ ਹੁਣ ਇਹ ਸਭ ਪਲਾਂ ਵਿੱਚ ਹੀ ਆਪਣੇ ਘਰ ਬੈਠਕੇ ਕਰ ਸਕਦੇ ਹੋਂ। ਇਸ ਤੋਂ ਇਲਾਵਾ ਹੋਰ ਵੀ ਕਈ ਅਣਗਿਣਤ ਕੰਮ ਹਨ, ਜੋ ਮੋਬਾਇਲ ਫੋਨ ਆਪਣੇ ਲਈ ਕਰ ਸਕਦਾ ਹੈ। ਹੁਣ ਮੈਨੂੰ ਤੁਸੀਂ ਦੱਸੋ ਮੋਬਾਇਲ ਫੋਨ ਆਪਣੇ ਲਈ ਵਰਦਾਨ ਹੈ ਯਾ ਸਰਾਪ? ਮੋਬਾਇਲ ਫੋਨ ਤਾਂ ਆਪਣਾ ਸੱਭ ਤੋਂ ਵੱਧ ਵਫਾਦਾਰ ਪੀ.ਏ. ਹੈ, ਜੋ ਆਪਣੇ ਤੋਂ ਤਨਖਾਹ ਵੀ ਨਹੀਂ ਲੈਂਦਾ!

ਸਾਹਿਤਕਾਰ ਅਮਨਪ੍ਰੀਤ ਸਿੰਘ

ਵਟਸ ਅਪ: 09465554088

ਇੱਕ ਚੁਟਕੀ ਖੁਸ਼ੀ, ਇੱਕ ਚੁਟਕੀ ਗਮ

ਜ਼ਿੰਦਗੀ ਵਿੱਚ ਨਾਂ ਹੀ ਕੋਈ ਖੁਸ਼ੀ ਹੈ ਅਤੇ ਨਾਂ ਹੀ ਕੋਈ ਗਮ। ਦੋਨੋਂ ਹੀ ਆਤਮ-ਭੁਲੇਖੇ ਹਨ, ਇਲੂਯਨ ਹਨ। ਕੁਝ ਮਹੀਨੇ ਪਹਿਲਾਂ ਇੱਕ ਆਦਮੀ ਨੇ ਮੇਰੇ ਨਾਲ 44 ਹਜਾਰ ਰੁਪਏ ਦੀ ਠੱਗੀ ਰ ਲਈ। ਮੈਨੂੰ ਇਸ ਗਲ ਦੀ ਬਹੁਤ ਚਿੰਤਾ ਹੋ ਗਈ ਸੀ । ਪੈਸੇ ਦੀ ਚਿੰਤਾ ਘੱਟ ਸੀ, ਪਰ ਸ਼ਰਿਆਮ ਹੋਇਆ ਧੋਖਾ ਸਹਿਆ ਨਹੀਂ ਜਾ ਰਿਹਾ ਸੀ।ਇੱਕ ਦਿਨ ਮੈਂ ਬੱਸ ਵਿੱਚ ਸਫਰ ਕਰਦਾ ਹੋਇਆ ਆਪਣੇ ਨਾਲ ਹੋਏ ਧੋਖੇ ਬਾਰੇ ਸੋਚ ਰਿਹਾ ਸੀ। ਇੱਕ ਸੋਚ ਆਈ "ਮੇਰੇ ਪੈਸੇ ਉਹ ਸ਼ਰਿਆਮ ਖਾ ਗਿਆ। ਮੈਂ ਇਹ ਅਨਿਆਏ ਕਿਉਂ ਸਹਾਂ। ਅਨਿਆਏ ਸਹਿਣਾ ਤਾਂ ਪਾਪ ਹੈ, ਮੈਂ ਉਸ ਤੋਂ ਪੈਸੇ ਵਾਪਿਸ ਲੈ ਕੇ ਰਹਾਂਗਾ ਚਾਹੇ ਕੁਝ ਹੋ ਜਾਵੇ। ਫਿਰ ਕੀ ਹੋਇਆ ਜੇ ਉਹ ਬਹੁਤ ਤਾਕਤਵਰ ਹੈ ਤਾਂ ।" ਫਿਰ ਅਚਾਨਕ ਦੂਜੀ ਸੋਚ ਆਈ "ਇਹ ਤਾਂ ਮੇਰੇ ਕਰਮਾਂ ਦਾ ਫਲ ਹੈ। ਪਿਛਲੇ ਜਨਮ ਵਿੱਚ ਮੈਂ ਇਸ ਨਾਲ ਠੱਗੀ ਮਾਰੀ ਹੋਵੇਗੀ, ਇਸ ਲਈ ਮੈਂ ਇਸ ਜਨਮ ਵਿੱਚ ਉਸਨੂੰ ਪੈਸੇ ਵਾਪਿਸ ਦੇ ਦਿੱਤੇ।" ਕਦੇ ਪਹਿਲੀ ਸੋਚ ਦਿਮਾਗ ਵਿੱਚ ਆਵੇ ਅਤੇ ਕਦੇ ਦੂਜੀ । ਜਦ ਮੈਂ ਪਹਿਲੀ ਸੋਚ ਨੂੰ ਕੁੱਝ ਪਲ ਲਈ ਸੱਚ ਮੰਨ ਲਿਆ ਤਾਂ ਚਿੰਤਾ ਦਾ ਪੱਧਰ ਵੱਧ ਗਿਆ। ਫਿਰ ਕੁੱਝ ਪਲਾਂ ਲਈ ਮੈਂ ਦੂਜੀ ਗਲ ਨੂੰ ਸੱਚ ਮੰਨ ਲਿਆ, ਫਿਰ ਚਿੰਤਾ ਲਗਭਗ ਖਤਮ ਹੀ ਹੋ ਗਈ। ਫਿਰ ਮੈਂ ਆਪਣੇ ਵਿਚਾਰਾਂ ਨਾਲ (ਇਨ੍ਹਾਂ ਦੋ ਸੋਚਾਂ) ਖੇਡਣਾ ਸ਼ੁਰੂ ਕਰ ਦਿੱਤਾ। ਕਦੇ ਖੁਸ਼ੀ ਆਵੇ, ਕਦੇ ਗਮ। ਫਿਰ ਮੈਂ ਤੇਜਮ-ਤੇਜ ਕਦੇ ਪਹਿਲੀ ਸੋਚ ਸੋਚਾਂ ਅਤੇ ਕਦੇ ਦੂਜੀ, ਇੱਕ ਸੈਕਿੰਡ ਪਹਿਲੀ, ਅਗਲੇ ਸੈਕਿੰਡ ਦੂਜੀ, ਇੱਕ ਚੁਟਕੀ ਪਹਿਲੀ, ਇੱਕ ਚੁਟਕੀ ਦੂਜੀ, ਇੱਕ ਚੁਟਕੀ ਗਮ, ਦੂਜੀ ਚੁਟਕੀ ਖੁਸ਼ੀ ਮਹਿਸੂਸ ਹੋਵੇ। ਮੈਂ ਇਹ ਮਹਿਸੂਸ ਕਰਕੇ ਹੈਰਾਨ ਹੀ ਰਹਿ ਗਿਆ ਕਿ ਇੱਕ ਚੁਟਕੀ ਗਮ ਅਤੇ ਇੱਕ ਚੁਟਕੀ ਖੁਸ਼ੀ ਵੀ ਹੋ ਸਕਦੀ ਹੈ। ਅੰਤ ਮੈਂ ਦੋਨੋਂ ਹੀ ਸੋਚਾਂ ਸੋਚਣੀਆਂ ਛੱਡ ਦਿੱਤੀਆਂ । ਫਿਰ ਉਹਨਾਂ ਪਲਾਂ ਵਿੱਚ ਨਾਂ ਹੀ ਕੋਈ ਖੁਸ਼ੀ ਰਹੀ ਅਤੇ ਨਾਂ ਹੀ ਕੋਈ ਗਮ। ਇਸ ਘਟਨਾ ਤੋਂ ਬਾਅਦ ਮੈਂ ਜਾਣ ਗਿਆ ਕਿ ਇਸ ਦੁਨੀਆ ਵਿੱਚ ਨਾਂ ਹੀ ਕੋਈ ਖੁਸ਼ੀ ਹੈ ਅਤੇ ਨਾਂ ਹੀ ਕੋਈ ਗਮ। ਇਹ ਸਭ ਤਾਂ ਸਿਰਫ ਆਪਣਿਆਂ ਮਨ ਦੀਆਂ ਅਵਸਥਾਵਾਂ ਹਨ, ਜੋ ਪੂਰੀ ਤਰ੍ਹਾਂ ਆਪਣੇ ਨਿਯੰਤਰਨ ਹੇਠ ਆ ਸਕਦੀਆਂ ਹਨ।

ਅਮਨਪ੍ਰੀਤ ਸਿੰਘ

09465554088

"ਜਿਉਣ ਦੇ ਦੋ ਹੀ ਤਰੀਕੇ- ਉਪਰ ਉੱਠੋ ਜਾਂ ਡਿਗ ਜਾਓ"

ਜੀਵਨ ਵਿੱਚ ਦੋ ਹੀ ਤਰ੍ਹਾਂ ਦੇ ਬਲ ਹੁੰਦੇ ਹਨ। ਇੱਕ ਬਲ ਜੀਵਨ ਨੂੰ ਉੱਚਾ ਚੁਕਦਾ ਹੈ ਅਤੇ ਦੂਜਾ ਜੀਵਨ ਨੂੰ ਥੱਲ੍ਹੇ ਖਿਚਦਾ ਹੈ। ਜੀਵਨ ਯਾ ਤਾਂ ਉਪਰ ਨੂੰ ਵਹਿੰਦਾ ਹੈ ਯਾ ਨੀਚੇ ਨੂੰ। ਜੀਵਨ ਕਦੇ ਵੀ ਇੱਕ ਥਾਂ 'ਤੇ ਨਹੀਂ ਖੜ੍ਹਦਾ। ਉਦਾਹਰਨ ਦੇ ਤੌਰ ਤੇ ਜਦੋਂ ਆਪਾਂ ਕਸਰਤ ਕਰਦੇ ਹਾਂ ਤਾਂ ਸਾਡੇ ਸਰੀਰ ਦੇ ਪੱਠੇ ਮਜਬੂਤ ਹੋ ਜਾਂਦੇ ਹਨ। ਪਰ ਜੇ ਅਸੀਂ ਕਸਰਤ ਕਰਨਾ ਛੱਡ ਦੇਈਏ ਤਾਂ ਇੰਝ ਨਹੀਂ ਹੁੰਦਾ ਕਿ ਸਾਡੇ ਪੱਠਿਆਂ ਦੀ ਮਜਬੂਤੀ ਬੇਕਰਾਰ ਰਹੇਗੀ, ਬਲਕਿ ਉਹਨਾਂ ਦੀ ਮਜਬੂਤੀ ਆਪਣੇ ਆਪ ਹੀ ਘੱਟਦੀ ਜਾਵੇਗੀ। ਠੀਕ ਇਸੇ ਤਰ੍ਹਾਂ ਜੇਕਰ ਆਪਾਂ ਆਪਣੇ ਜੀਵਨ ਨੂੰ ਉਪਰ ਚੁੱਕਣ ਦੀ ਕੋਸ਼ਿਸ਼ ਕਰਾਂਗੇ, ਤਾਂ ਜੀਵਨ ਉਪਰ ਨੂੰ ਉਠੇਗਾ। ਪਰ ਜੇ ਆਪਾਂ ਉਪਰ ਨੂੰ ਚੁੱਕਣਾ ਬੰਦ ਕਰ ਦਿੱਤਾ, ਤਾਂ ਜੀਵਨ ਉਸੇ ਥਾਂ ਤੇ ਟਿਕਿਆ ਨਹੀਂ ਰਹੇਗਾ, ਜੀਵਨ ਨੀਚੇ ਨੂੰ ਡਿਗਣਾ ਸ਼ੁਰੂ ਹੋ ਜਾਵੇਗਾ। ਇਹੋ ਹੀ ਜੀਵਨ ਦਾ ਸਿਧਾਂਤ ਹੈ। ਹੁਣ ਸਵਾਲ ਇਹ ਉਠਦਾ ਹੈ ਕਿ ਆਪਾਂ ਆਪਣੇ ਜੀਵਨ ਨੂੰ ਉਪਰ ਕਿਵੇਂ ਚੁੱਕ ਸਕਦੇ ਹਾਂ? ਜਵਾਬ ਬਹੁਤ ਹੀ ਸਰਲ ਹੈ "ਆਪਣੀ ਚੇਤਨਾ ਵਧਾ ਕੇ।" ਜਿੰਨ੍ਹੀ ਆਪਣੀ ਚੇਤਨਾ ਵਧੇਗੀ, ਉਨ੍ਹੀ ਹੀ ਆਪਣੀ ਜੀਵਨ ਪ੍ਰਤੀ ਸਮਝ। ਜਿੰਨ੍ਹੀ ਆਪਣੀ ਜੀਵਣ ਪ੍ਰਤੀ ਸਮਝ ਵਧੇਗੀ, ਉਹਨਾਂ ਹੀ ਆਪਾਂ ਨੂੰ ਆਪਣੀਆਂ ਬੇਵਕੂਫੀਆਂ ਅਤੇ ਗਲਤੀਆਂ ਦਾ ਅਹਿਸਾਸ ਹੋਵੇਗਾ ਅਤੇ ਫਿਰ ਆਪਾਂ ਆਪਣੀਆਂ ਗਲਤੀਆਂ ਨੂੰ ਭਵਿੱਖ ਵਿੱਚ ਦੋਬਾਰਾ ਨਹੀਂ ਦੁਹਰਾਵਾਂਗੇ ਅਤੇ ਆਪਣੇ ਜੀਵਨ ਦਾ ਪੱਧਰ ਆਪਣੇ ਆਪ ਹੀ ਉੱਚਾ ਉਠਦਾ ਜਾਵੇਗਾ। ਹੁਣ ਸਵਾਲ ਇਹ ਉਠਦਾ ਹੈ ਕਿ ਆਪਾਂ ਆਪਣੀ ਚੇਤਨਾ ਕਿਵੇਂ ਵਧਾ ਸਕਦੇ ਹਾਂ? ਇਸਦਾ ਜਵਾਬ ਵੀ ਬਹੁਤ ਸਰਲ ਹੈ ਅਤੇ ਚੇਤਨਾ ਵਧਾਉਣ ਲਈ ਜੋ ਕਰਨਾ ਚਾਹੀਦਾ ਹੈ, ਤੁਸੀਂ ਉਹ ਕਰ ਵੀ ਰਹੇ ਹੋਂ। ਤੁਸੀਂ ਠੀਕ ਸਮਝਿਆ ਚੇਤਨਾ ਵਧਾਉਣ ਲਈ ਸਾਨੂੰ ਵੱਧ ਤੋਂ ਵੱਧ ਦੂਜਿਆਂ ਦੇ ਵਿਚਾਰ ਪੱੜ੍ਹਨੇ ਅਤੇ ਸੁਨਣੇ ਚਾਹੀਦੇ ਹਨ। ਚੇਤਨਾ ਵਧਾਉਣ ਲਈ ਵੱਧ ਤੋਂ ਵੱਧ ਚੰਗੀਆਂ ਕਿਤਾਬਾਂ ਪੱੜ੍ਹੋ। ਖਾਸ ਕਰਕੇ ਉਹਨਾਂ ਸ਼ਖਸੀਅਤਾਂ ਦੀ ਵੀ ਕਿਤਾਬਾਂ ਪੱੜ੍ਹੋ, ਜਿੰਨ੍ਹਾਂ ਨੂੰ ਤੁਸੀਂ ਜ਼ਿਆਦਾ ਪਸੰਦ ਨਹੀਂ ਕਰਦੇ। ਇਸਦਾ ਵੀ ਇੱਕ ਬਹੁਤ ਹੀ ਰੌਚਕ ਮਨੋਵਿਗਿਆਨਕ ਕਾਰਨ ਹੈ। ਅਸੀਂ ਅਕਸਰ ਉਹਨਾਂ ਲੋਕਾਂ ਨੂੰ ਹੀ ਪਸੰਦ ਕਰਦੇ ਹਾਂ, ਉਹਨਾਂ ਬਾਰੇ ਹੀ ਪੱੜ੍ਹਨਾ ਅਤੇ ਸੁਨਣਾ ਚਾਹੁੰਦੇ ਹਾਂ, ਜਿੰਨ੍ਹਾਂ ਦੇ ਵਿਚਾਰ ਆਪਣੇ ਨਾਲ ਮਿਲਦੇ ਹੁੰਦੇ ਹਨ। ਸਾਨੂੰ ਸਿਰਫ ਉਹੀ ਗਲ ਵਧੀਆ ਲਗਦੀ ਹੈ, ਜੋ ਸਾਨੂੰ ਪਹਿਲਾਂ ਤੋਂ ਹੀ ਪਤਾ ਹੁੰਦੀ ਹੈ, ਜੋ ਸਾਡੇ ਪਹਿਲਾਂ ਹੀ ਦਿਮਾਗ ਵਿੱਚ ਹੁੰਦੀ ਹੈ। ਜਦ ਕੋਈ ਅਸੀਂ ਨਵੀਂ ਗਲ ਪੱੜ੍ਹਦੇ ਹਾਂ, ਸੁਣਦੇ ਹਾਂ, ਅਸੀਂ ਝੱਟ ਹੀ ਉਸਨੂੰ ਨਕਾਰ ਦਿੰਦੇ ਹਾਂ। ਇਸਦਾ ਮਤਲਬ ਇਹ ਹੋਇਆ ਕਿ ਅਸੀਂ ਸਿਰਫ ਉਹੀ ਸੁਣਦੇ ਹਾਂ, ਜੋ ਸਾਨੂੰ ਪਤਾ ਹੈ। ਜੋ ਸਾਨੂੰ ਨਹੀਂ ਪਤਾ, ਉਹ ਅਸੀਂ ਸੁਣਕੇ ਰਾਜੀ ਹੀ ਨਹੀਂ। ਭਾਵ ਅਸੀਂ ਕੁੱਝ ਨਵਾਂ ਸਿਖਣਾ ਹੀ ਨਹੀਂ ਚਾਹੁੰਦੇ। ਭਾਵ ਅਸੀਂ ਕਿਤਾਬਾਂ ਪੱੜ੍ਹਨ ਦਾ ਸਿਰਫ ਇੱਕ ਦਿਖਾਵਾ ਹੀ ਕਰਦੇ ਹਾਂ। ਇਸ ਲਈ ਜੇ ਚੇਤਨਾ ਦੇ ਪੱਧਰ ਨੂੰ ਉੱਚਾ ਚੁੱਕਣਾ ਹੈ ਤਾਂ ਸਾਨੂੰ ਉਹ ਹਰ ਵਿਚਾਰ ਪੱੜ੍ਹਨੇ ਅਤੇ ਸੁਨਣੇ ਪੈਣਗੇ, ਜੋ ਅਸੀਂ ਕਦੇ ਪਹਿਲਾਂ ਨਹੀਂ ਸੁਣੇ ਅਤੇ ਪੱੜ੍ਹੇ। ਚੇਤਨਾ ਹਰ ਤਰ੍ਹਾਂ ਦੇ ਵਿਚਾਰ ਸੁਣਕੇ ਅਤੇ ਉਹਨਾਂ ਦਾ ਆਪਣੇ ਪੱਧਰ ਤੇ ਨਿਰੀਖਣ ਕਰਕੇ ਹੀ ਵਧਾਈ ਜਾ ਸਕਦੀ ਹੈ। ਪਰ ਜੇ ਆਪਾਂ ਇਸ ਦੇ ਉਲਟ ਆਪਣੇ ਜੀਵਨ ਪੱਧਰ ਨੂੰ ਉੱਚਾ ਚੁਕਣ ਤੋਂ ਧਿਆਨ ਹਟਾ ਲਈਏ ਤਾਂ ਜੀਵਨ ਦਾ ਦੂਜਾ ਬਲ, ਜੋ ਜੀਵਨ ਨੂੰ ਥੱਲ੍ਹੇ ਖਿਚਦਾ ਹੈ, ਆਪਣੇ ਆਪ ਹੀ ਕਾਰਜਸ਼ੀਲ ਹੋ ਜਾਵੇਗਾ।

16ਸਾਹਿਤਕਾਰ ਅਮਨਪ੍ਰੀਤ ਸਿੰਘ ਵਟਸ ਅਪ 09465554088

40 ਸੋਚਾਂ ਜ਼ਿੰਦਗੀ ਦੀਆਂ

ਜੇ ਆਪਾਂ ਲੋਕਾਂ ਦੇ ਵਿਚਾਰ ਪੜ੍ਹਨੇ ਅਤੇ ਸੁਨਣੇ ਬੰਦ ਕਰਦੀਏ ਤਾਂ, ਆਪਣਾ ਦਿਮਾਗ ਹੋਲੀ ਹੋਲੀ ਮੋਟਾ ਹੋਣਾ ਸ਼ੁਰੂ ਹੋ ਜਾਂਦਾ ਹੈ। ਆਪਣੀ ਚੇਤਨਾ ਵੀ ਹੋਲੀ ਹੋਲੀ ਨਾਲੋ-ਨਾਲ ਹੀ ਘੱਟਦੀ ਜਾਂਦੀ ਹੈ। ਕੁੱਝ ਕੁ ਸਾਲਾਂ ਬਾਅਦ, ਆਪਣਾ ਦਿਮਾਗ ਇੰਨ੍ਹਾ ਕੁ ਮੋਟਾ ਹੋ ਜਾਂਦਾ ਹੈ ਕਿ ਸਾਨੂੰ ਆਮ ਦੁਨਿਆਵੀ ਗਲਾਂ ਸਮਝਣ ਵਿੱਚ ਵੀ ਦਿੱਕਤ ਆਉਣ ਲੱਗ ਜਾਂਦੀ ਹੈ। ਇਹ ਹਕੀਕਤ ਤੁਸੀਂ ਉਹਨਾਂ ਬਜ਼ੁਰਗਾਂ ਵਿੱਚ ਬਹੁਤ ਹੀ ਆਸਾਨੀ ਨਾਲ ਦੇਖ ਸਕਦੇ ਹੋ, ਜਿੰਨ੍ਹਾਂ ਦੀ ਸਾਹਿਤ ਵਿੱਚ ਕਦੇ ਕੋਈ ਰੁੱਚੀ ਨਹੀਂ ਰਹੀ। ਸੋ ਜ਼ਿੰਦਗੀ ਜਿਉਣ ਦੇ ਕੇਵਲ ਦੋ ਹੀ ਢੰਗ ਹਨ "ਉਪਰ ਉਠ ਜਾਓ ਜਾਂ ਥੱਲ੍ਹੇ ਡਿਗ ਜਾਓ"। ਤੁਸੀਂ ਆਪਣੀ ਜ਼ਿੰਦਗੀ ਦਾ ਕਿਹੜਾ ਢੰਗ ਅਪਨਾਉਣਾ ਚਾਹੁੰਦੇ ਹੋ... ਇਹ ਮੈਂ ਤੁਹਾਡੇ 'ਤੇ ਛੱਡਦਾ ਹਾਂ।

ਸਾਹਿਤਕਾਰ-ਅਮਨਪ੍ਰੀਤ ਸਿੰਘ

ਵਟਸ ਅਪ: 09465554088

"ਕਮਜ਼ੋਰਾਂ ਦਾ ਮਜ਼ਾਕ ਉਡਾਉਣ ਦਾ ਰਿਵਾਜ"

ਜਦ ਮੈਂ ਕਾਲਜ ਵਿੱਚ ਪੜ੍ਹਦਾ ਸੀ, ਮੈਂ ਅਕਸਰ ਹੀ ਦੇਖਦਾ ਸੀ ਕਿ ਇੱਕ ਝੁੰਡ ਵਿੱਚ ਪੰਜ-ਛੇ ਲੜਕੇ ਖੜ੍ਹਕੇ ਗਲਾਂ ਕਰ ਰਹੇ ਹੁੰਦੇ ਸੀ ਅਤੇ ਜੋਰ-ਜੋਰ ਦਾ ਹਾਸਾ ਸੁਣਾਈ ਦੇ ਰਿਹਾ ਹੁੰਦਾ ਸੀ। ਜਦ ਵੀ ਮੈਂ ਇਹਨਾਂ ਝੁੰਡਾਂ ਵਿੱਚ ਭਾਗੀਦਾਰੀ ਹੋਇਆ ਤਾਂ ਹਰ ਝੁੰਡ, ਹਰ ਗਰੁਪ ਵਿੱਚ ਇੱਕੋ ਹੀ ਚੀਜ਼ ਹੋ ਰਹੀ ਸੀ ਕਿ ਗਰੁਪ ਦੇ ਸੱਭ ਤੋਂ ਕਮਜ਼ੋਰ ਲੜਕੇ 'ਤੇ ਬਾਕੀ ਸਭ ਮੁੰਡੇ ਤਵਾ ਕਸਦੇ ਹਨ ਅਤੇ ਉਸਦਾ ਮਜ਼ਾਕ ਬਣਾ ਬਣਾ ਕੇ ਹੱਸਦੇ ਹਨ। ਪਰ ਇਹ ਗਲ ਸਿਰਫ ਕਾਲਜਾਂ ਤੱਕ ਹੀ ਸੀਮਤ ਨਹੀਂ ਸੀ, ਜਿਵੇਂ-ਜਿਵੇਂ ਮੈਂ ਜ਼ਿੰਦਗੀ ਦੇ ਕੁਝ ਹੋਰ ਸਾਲ ਦੇਖੇ, ਮੈਂ ਇਸ ਚੀਜ਼ ਨੂੰ ਹਰ ਜਗ੍ਹਾ, ਦੁਨੀਆ ਦੇ ਹਰ ਕੋਨੇ 'ਤੇ ਪਾਇਆ। ਮਜ਼ਾਕ ਕਰਨ ਦੇ ਨਾਮ ਤੇ, ਬੇਰਹਿਮੀ ਨਾਲ ਕਮਜ਼ੋਰ ਲੜਕੇ ਯਾ ਲੜਕੀ ਨੂੰ ਦਿਮਾਗੀ ਤੌਰ ਤੇ ਤਸੀਹੇ ਦਿੱਤੇ ਜਾਂਦੇ ਹਨ। ਤਵਾ ਕੱਸਣ ਵਾਲੇ ਲੜਕੇ ਤਾਂ ਚਲੇ ਜਾਂਦੇ ਹਨ, ਪਰ ਜਿਸਦਾ ਮਜ਼ਾਕ ਉੱਡਿਆ ਹੁੰਦਾ ਹੈ, ਉਸਦੀ ਮੌਤ ਹਰ ਪਲ ਰੋਜ਼ਾਨਾ ਹੋ ਰਹੀ ਹੁੰਦੀ ਹੈ। ਇਹ ਵੀ ਇੱਕ ਸੰਗੀਨ ਜ਼ੁਰਮ ਹੈ। ਕੀ ਮਿਲਦਾ ਹੈ ਮਜ਼ਾਕ ਉਡਾਉਣ ਵਾਲੇ ਲੜਕਿਆਂ ਨੂੰ ਸਿਰਫ- ਦੋ ਪਲ ਦਾ ਮਜ਼ਾ ਅਤੇ ਕੀ ਜਾਂਦਾ ਹੈ ਮਜ਼ਾਕ ਉਡਣ ਵਾਲੇ ਲੜਕੇ ਦਾ- ਪੂਰੀ ਜ਼ਿੰਦਗੀ। ਇਹ ਬਹੁਤ ਮਹਿੰਗਾ ਸੌਦਾ ਹੈ। ਇਹ ਚੀਜ਼ ਤਾਂ ਅੱਜ ਦੀ ਤਰੀਕ ਦਾ ਰਿਵਾਜ਼ ਬਣ ਚੁੱਕਾ ਹੈ। ਅੱਜਕੱਲ੍ਹ ਦੇ ਲੜਕੇ ਤਾਂ ਇਸ ਚੀਜ਼ ਨੂੰ ਸਮਾਜ ਦਾ ਹਿੱਸਾ ਮੰਨ ਰਹੇ ਹਨ। ਲੱਖ ਸਮਝਾਉਣ ਦੇ ਬਾਵਜੂਦ ਵੀ ਉਹ ਇਸਨੂੰ ਗਲਤ ਨਹੀਂ ਕਹਿੰਦੇ। ਕਿੱਥੇ ਗਈ ਉਹ ਨੈਤਿਕਤਾ, ਜੋ ਸ਼੍ਰੀ ਰਾਮ ਚੰਦਰ ਜੀ, ਸ਼੍ਰੀ ਕ੍ਰਿਸ਼ਨ ਜੀ, ਸ਼੍ਰੀ ਗੌਤਮ ਬੁੱਧ ਨੇ ਸਿਖਾਈ ਸੀ। ਸ਼ਾਇਦ ਇਹ ਸਿਖਿਆਵਾਂ ਟੀ.ਵੀ. ਸੀਰੀਅਲਜ਼ ਬਣਕੇ ਟੀ.ਵੀ. ਵਿੱਚ ਹੀ ਬੰਦ ਰਹਿ ਗਈਆਂ ਹਨ।

ਸਾਹਿਤਕਾਰ ਅਮਨਪ੍ਰੀਤ ਸਿੰਘ

ਵਟਸ ਅਪ: 09465554088

ਖਾਣੀਆਂ ਕੀ ਹਨ- ਦੋ ਰੋਟੀਆਂ

ਇਨਸਾਨ ਦੀ ਜਿੰਦਗੀ ਵਿੱਚ ਪੈਸੇ ਦਾ ਇੱਕ ਬਹੁਤ ਹੀ ਮਹਤਵਪੂਰਨ ਸਥਾਨ ਬਣ ਗਿਆ ਹੈ, ਸ਼ਾਇਦ ਉਸਦੀ ਆਤਮਾ ਤੋਂ ਵੀ ਜ਼ਿਆਦਾ। ਹਰ ਬੱਚੇ ਅਤੇ ਵੱਡੇ ਦੀਆਂ ਨਸਾਂ ਨਸਾਂ ਵਿੱਚ ਪੈਸੇ ਦਾ ਨਸ਼ਾ ਹੋ ਗਿਆ ਹੈ। ਕੀ ਪੈਸਾ ਸੱਚਮੁਚ ਇਨ੍ਹਾਂ ਮਹੱਤਵ ਰਖਦਾ ਹੈ ਇੱਕ ਇਨਸਾਨੀ ਜ਼ਿੰਦਗੀ ਵਿੱਚ। ਇਸਦਾ ਜਵਾਬ ਦੇਣਾ ਬਹੁਤ ਕਠਿਨ ਹੈ। ਇੱਕ ਵਾਰ ਦੀ ਗਲ ਹੈ ਕੁੱਝ ਲੋਕ ਆਪਸ ਵਿੱਚ ਗਲਾਂ ਕਰ ਰਹੇ ਸਨ। ਪਹਿਲਾ ਦੂਜੇ ਨੂੰ ਕਹਿੰਦਾ ਹੈ ਅੱਜ ਕਣਕ ਦਾ ਰੇਟ ਵੱਧ ਗਿਆ ਹੈ, ਜਿਸ ਕਾਰਨ ਉਸਨੂੰ ਅੱਜ ਕਈ ਹਜ਼ਾਰ ਰੁਪਏ ਜ਼ਿਆਦਾ ਮੁਨਾਫਾ ਹੋਵੇਗਾ। ਦੂਜਾ ਕਹਿੰਦਾ ਦਾਲਾਂ ਦੇ ਰੇਟ ਵੀ ਬਹੁਤ ਵੱਧ ਗਏ ਹਨ ਅਤੇ ਉਸਨੇ ਅੱਜ ਕਈ ਟਰੱਕ ਦਾਲਾਂ ਦੇ ਵੇਚਣੇ ਹਨ, ਇਸ ਨਾਲ ਉਸਨੂੰ ਵੀ ਕਈ ਲੱਖ ਰੁਪਏ ਬਨਣਗੇ। ਇੱਕ ਸਿਆਣਾ ਆਦਮੀ ਉਹਨਾਂ ਦੀਆਂ ਗਲਾਂ ਸੁਣ ਰਿਹਾ ਸੀ। ਫਿਰ ਉਹ ਦੋਨੋਂ ਵਪਾਰੀ ਆਪਣਿਆਂ ਆਪਣਿਆਂ ਘਰ ਦਿਆਂ ਖਰਚਿਆਂ ਬਾਰੇ ਦੱਸਣ ਲਗ ਗਏ।ਉਹ ਕਹਿ ਰਹੇ ਸਨ ਕਿ ਘਰ ਦਾ ਖਰਚਾ ਬਹੁਤ ਜ਼ਿਆਦਾ ਹੁੰਦਾ ਹੈ। ਵਪਾਰ ਕਰਨ ਤੋਂ ਬਾਅਦ ਜਿੰਨੀ ਵੀ ਆਮਦਨੀ ਹੁੰਦੀ ਹੈ, ਉਸ ਨਾਲ ਤਾਂ ਘਰ ਦਾ ਗੁਜ਼ਾਰਾ ਹੀ ਬੜੀ ਮੁਸ਼ਕਿਲ ਨਾਲ ਹੁੰਦਾ ਹੈ, ਹਾਲਾਂ ਕਿ ਇੱਕ ਹਜ਼ਾਰਾਂ ਵਿੱਚ ਅਤੇ ਇੱਕ ਲੱਖਾਂ ਵਿੱਚ ਕਮਾ ਰਿਹਾ ਹੁੰਦਾ ਹੈ। ਇਹ ਗਲਾਂ ਸੁਨਣ ਤੋਂ ਬਾਅਦ ਉਸੇ ਸਿਆਣੇ ਆਦਮੀ ਨੇ ਉਹਨਾਂ ਤੋਂ ਇੱਕ ਪ੍ਰਸ਼ਨ ਪੁਛਿਆ।ਉਸਨੇ ਪੁੱਛਿਆ "ਕੱਲ੍ਹ ਤੁਸੀਂ ਕਿੰਨੀਆਂ ਰੋਟੀਆਂ ਖਾਣੇ ਵਿੱਚ ਖਾਧੀਆਂ ਸੀ?" ਉਹਨਾਂ ਨੇ ਕਿਹਾ "ਦੋ"। ਫਿਰ ਉਸਨੇ ਪੁੱਛਿਆ "ਅੱਜ ਕਿੰਨੀਆਂ ਰੋਟੀਆਂ ਖਾਓਂਗੇ?" ਜਵਾਬ ਮਿਲਿਆ "ਦੋ"। ਫਿਰ ਉਸਨੇ ਪੁੱਛਿਆ "ਜੇ ਤੁਹਾਨੂੰ ਕੱਲ੍ਹ ਦੋ ਕਰੋੜ ਦਾ ਫਾਇਦਾ ਹੋ ਜਾਵੇ ਤਾਂ ਤੁਸੀਂ ਕੱਲ੍ਹ ਕਿੰਨੀਆਂ ਰੋਟੀਆਂ ਖਾਂਵੋਗੇ?" ਫਿਰ ਜਵਾਬ ਮਿਲਿਆ "ਦੋ"।ਫਿਰ ਸਿਆਣਾ ਆਦਮੀ ਬੋਲਿਆ ਕਿ ਹੁਣ ਉਸਨੂੰ ਅੱਗੇ ਕੁੱਝ ਕਹਿਣ ਦੀ ਜ਼ਰੂਰਤ ਨਹੀਂ।ਸਾਰੇ ਲੋਕ ਉਸਦੀ ਗਲ ਸੁਣਕੇ ਹੱਕੇ ਬੱਕੇ ਰਹਿ ਗਏ। ਕੋਈ ਕੁੱਝ ਵੀ ਨਹੀਂ ਬੋਲਿਆ ਕਿਉਂਕਿ ਪੈਸੇ ਭਾਂਵੇ ਸੌ ਹੋਣ, ਹਜਾਰ ਯਾ ਲੱਖ ਇਨਸਾਨ ਨੇ ਤਾਂ ਸਿਰਫ ਦੋ ਰੋਟੀਆਂ ਹੀ ਖਾਣੀਆਂ ਹੁੰਦੀਆਂ। ਇਸ ਤੋਂ ਜ਼ਿਆਦਾ ਤਾਂ ਉਹ ਖਾ ਹੀ ਨਹੀਂ ਸਕਦਾ। ਪਰ ਫਿਰ ਵੀ ਜਿੰਨਾਂ ਮਰਜੀ ਪੈਸਾ ਇਨਸਾਨ ਕੋਲ ਆ ਜਾਵੇ, ਉਹ ਕਦੇ ਨਹੀਂ ਰੱਜਦਾ ਅਤੇ ਜਿੰਨੀਆਂ ਵੀ ਦੁੱਖ ਤਕਲੀਫਾਂ ਉਹ ਮਹਿਸੂਸ ਕਰਦਾ ਹੈ, ਜੋ ਅਸਦੀਅਤ ਵਿੱਚ ਹੁੰਦੀਆਂ ਹੀ ਨਹੀਂ ਹਨ, ਉਹਨਾਂ ਤਕਲੀਫਾਂ ਵਿੱਚ ਰੋਂਦਾ ਰੋਂਦਾ ਹੀ ਆਪਣੀ ਸੋਨੇ ਵਰਗੀ ਜ਼ਿੰਦਗੀ ਨੂੰ ਕੱਖਾਂ ਦੇ ਭਾਅ ਰੋਲ ਦਿੰਦਾ ਹੈ।

ਅਮਨਪ੍ਰੀਤ ਸਿੰਘ

09465554088

40 ਸੋਚਾਂ ਜ਼ਿੰਦਗੀ ਦੀਆਂ

"ਖੁਸ਼ੀ ਪਲਾਂ ਵਿੱਚ ਹੁੰਦੀ ਹੈ, ਵਸਤੂਆਂ ਵਿੱਚ ਨਹੀਂ"

ਝਦ ਵੀ ਕੋਈ ਇੱਕ ਆਦਮੀ ਕਿਸੇ ਸੁੰਦਰ ਔਰਤ ਨੂੰ ਦੇਖਦਾ ਹੈ ਤਾਂ, ਉਹ ਬਹੁਤ ਖੁਸ਼ ਹੋ ਉਠਦਾ ਹੈ। ਜੇਕਰ ਉਸ ਔਰਤ ਨਾਲ ਗਲ ਕਰਨ ਦਾ ਮੌਕਾ ਮਿਲ ਜਾਵੇ ਤਾਂ ਉਸਦੀ ਖੁਸ਼ੀ ਦੀ ਕੋਈ ਸੀਮਾ ਹੀ ਨਹੀਂ ਰਹਿੰਦੀ। ਇਸੇ ਤਰ੍ਹਾਂ ਜਦੋਂ ਕਿਸੇ ਬੱਚੇ ਨੂੰ ਵੀਡਿਓ ਗੇਮ, ਜਵਾਨ ਨੂੰ ਵੱਡਾ ਟੈਲੀਵੀਜ਼ਨ(ਐੱਲ.ਈ.ਡੀ.) ਮਿਲ ਜਾਵੇ ਤਾਂ ਉਹ ਪ੍ਰਸੰਨ ਹੋ ਉਠਦੇ ਹਨ। ਗਲ ਵਿਚਾਰਨ ਵਾਲੀ ਇਹ ਹੈ ਕਿ "ਕੀ ਸੱਚਮੁੱਚ ਖੁਸ਼ੀ ਸੁੰਦਰ ਔਰਤ, ਵੀਡਿਓ ਗੇਮ, ਵੱਡਾ ਟੈਲੀਵੀਜ਼ਨ ਆਦਿ ਨਾਲ ਮਿਲਦੀ ਹੈ ਯਾ ਗੱਲ ਕੋਈ ਹੋਰ ਹੈ?" ਜੇਕਰ ਮਰਦ ਦਾ ਉਸੇ ਸੁੰਦਰ ਔਰਤ ਨਾਲ ਵਿਆਹ ਹੋ ਜਾਵੇ, ਤਾਂ ਕੀ ਉਹ ਪੂਰੀ ਜ਼ਿੰਦਗੀ ਉਸ ਔਰਤ ਨਾਲ ਗਲਾਂ ਕਰਕੇ ਖੁਸ਼ੀ ਮਹਿਸੂਸ ਕਰ ਸਕਦਾ ਹੈ, ਜਿੰਨ੍ਹੀ ਉਸ ਨੇ ਪਹਿਲੀ ਵਾਰ ਗਲ ਕਰਕੇ ਖੁਸ਼ੀ ਮਹਿਸੂਸ ਕੀਤੀ ਸੀ? ਕੁਝ ਸਮੇਂ ਬਾਅਦ ਹੀ ਉਹ ਸੁੰਦਰ ਔਰਤ ਤੋਂ ਬੋਰ ਹੋ ਜਾਵੇਗਾ ਅਤੇ ਉਸਨੂੰ ਉਸੇ ਔਰਤ ਨਾਲ ਗਲ ਕਰਨ ਦਾ ਕੋਈ ਆਨੰਦ ਨਹੀਂ ਆਵੇਗਾ। ਠੀਕ ਇਸੇ ਤਰ੍ਹਾਂ ਬੱਚਾ ਵੀ ਇੱਕ ਗੇਮ ਤੋਂ ਜਲਦ ਹੀ ਅੱਕ ਜਾਵੇਗਾ ਅਤੇ ਜਵਾਨ ਦਾ ਵੀ ਵੱਡੇ ਟੈਲੀਵੀਜ਼ਨ ਦਾ ਚਾਅ ਵੀ ਦਿਨਾਂ ਵਿੱਚ ਹੀ ਮੱਠਾ ਪੈ ਜਾਵੇਗਾ। ਅਜਿਹਾ ਕਿਉਂ ਹੈ? ਕਿਉਂਕਿ ਖੁਸ਼ੀ ਵਸਤੂਆਂ ਵਿੱਚ ਨਹੀਂ ਹੁੰਦੀ, ਪਲਾਂ ਵਿੱਚ ਹੁੰਦੀ ਹੈ। ਕੁੱਝ ਖਾਸ ਪਲ ਅਜਿਹੇ ਹੁੰਦੇ ਹਨ ਜੋ ਵਸਤੂਆਂ ਦੀ ਸਹਾਇਤਾ ਨਾਲ ਆਪਣੇ ਅੰਦਰ ਛਿੱਪੀ ਖੁਸ਼ੀ ਨੂੰ ਬਾਹਰ ਲੈ ਆਉਂਦੇ ਹਨ। ਸਹੀ ਗਲ ਤਾਂ ਇਹ ਹੈ ਕਿ ਖੁਸ਼ੀ ਤਾਂ ਆਪਣੇ ਅੰਦਰ ਹੀ ਹੈ, ਪਰ ਜਦ ਇਹ ਪਲਾਂ ਅਤੇ ਵਸਤੂਆਂ ਨਾਲ ਮੇਲ ਖਾ ਜਾਂਦੀ ਹੈ ਤਾਂ ਇਹ ਬਾਹਰ ਜ਼ਾਹਿਰ ਹੋ ਜਾਂਦੀ ਹੈ। ਇੱਕ ਵਾਰ ਇੱਕ ਪ੍ਰਯੋਗ ਕੀਤਾ ਗਿਆ। ਇੱਕ ਆਦਮੀ ਨੂੰ ਇੱਕ ਬਿਲਕੁਲ ਖਾਲ਼ੀ ਕਮਰੇ ਵਿੱਚ ਬਿਠਾ ਕੇ ਬੰਦ ਕਰ ਦਿੱਤਾ ਗਿਆ ਅਤੇ ਉਸ ਉਤੇ ਕੈਮਰੇ ਦੁਆਰਾ ਨਜ਼ਰ ਰੱਖੀ ਗਈ। ਬਹੁਤ ਹੀ ਹੈਰਾਨੀ ਭਰੀ ਘਟਨਾ ਘਟੀ। ਦੇਖਿਆ ਗਿਆ ਕਿ ਉਹ ਕੁਝ ਪਲ ਬਹੁਤ ਹੀ ਖੁਸ਼ ਹੋ ਜਾਂਦਾ ਅਤੇ ਕੁਝ ਪਲ ਬਹੁਤ ਹੀ ਉਦਾਸ। ਹਾਲਾਂ ਕਿ ਉਸਦੇ ਖੁਸ਼ ਅਤੇ ਉਦਾਸ ਹੋਣ ਦਾ ਕੋਈ ਵੀ ਕਾਰਨ ਨਹੀਂ ਸੀ ਬਣਦਾ ਕਿਉਂਕਿ ਨਾ ਕੋਈ ਉਸ ਕਮਰੇ ਦੇ ਅੰਦਰ ਗਿਆ, ਨਾਂ ਕੋਈ ਬਾਹਰ, ਨਾਂ ਹੀ ਕਮਰੇ ਵਿੱਚ ਕੋਈ ਵਸਤੂ ਸੀ। ਇਹ ਪ੍ਰਯੋਗ ਤੁਸੀਂ ਖੁਦ ਵੀ ਕਰਕੇ ਦੇਖ ਸਕਦੇ ਹੋ। ਇਸ ਪ੍ਰਯੋਗ ਤੋਂ ਇਹ ਸਪੱਸ਼ਟ ਹੋ ਜਾਂਦਾ ਹੈ ਕਿ ਖੁਸ਼ੀ ਅਤੇ ਗਮ ਸਾਡੇ ਅੰਦਰ ਹੀ ਕਿਤੇ ਛਿੱਪੇ ਹੋਏ ਹਨ, ਵਸਤੂਆਂ ਤਾਂ ਸਿਰਫ ਕਾਰਨ ਬਣਦੀਆਂ ਹਨ, ਜੋ ਪਲਾਂ ਨਾਲ ਮੇਲ ਖਾ ਕੇ, ਇਹਨਾਂ ਦੋਹਾਂ ਅਵਸਥਾਵਾਂ ਨੂੰ ਬਾਹਰ ਲੈਕੇ ਆਉਂਦੀਆਂ ਹਨ।

ਸਾਹਿਤਕਾਰ ਅਮਨਪ੍ਰੀਤ ਸਿੰਘ

ਵਟਸ ਅਪ: 09465554088

"ਖੁਸ਼ੀ ਜ਼ਿੰਦਗੀ ਵਿੱਚ ਸੰਤੁਲਨ ਦਾ ਨਾਮ ਹੈ, ਪੈਸੇ ਦਾ ਨਹੀਂ"

ਹਰ ਕਿਤੇ ਲੋਕ ਕਹਿੰਦੇ ਹਨ ਕਿ ਜ਼ਿੰਦਗੀ ਪੈਸੇ ਨਾਲ ਹੀ ਹੈ। ਪਰ ਹਰ ਕੋਈ ਇਹ ਜਾਣਦਾ ਹੈ ਕਿ ਖੁਸ਼ੀ ਸਿਰਫ ਪੈਸੇ ਨਾਲ ਹੀ ਪ੍ਰਾਪਤ ਨਹੀਂ ਕੀਤੀ ਜਾ ਸਕਦੀ। ਹੈਰਾਨੀ ਵਾਲੀ ਗਲ ਤਾਂ ਇਹ ਹੈ ਕਿ ਇਹ ਸਭ ਜਾਣਦੇ ਹੋਏ ਵੀ ਲੋਕ ਆਪਣੀ ਸਾਰੀ ਜ਼ਿੰਦਗੀ ਪੈਸੇ ਪਿੱਛੇ ਭੱਜ-ਭੱਜ ਕੇ ਹੀ ਕੱਢ ਦਿੰਦੇ ਹਨ। ਮੈਂ ਇਸ ਗਲ ਤੇ ਰਿਸਰਚ ਕੀਤੀ ਕਿ ਇੰਝ ਕਿਉਂ ਹੁੰਦਾ ਹੈ। ਇਸਦਾ ਜਵਾਬ ਮੈਨੂੰ ਇੱਕ ਅਧਿਆਪਕ ਦੀ ਜ਼ਿੰਦਗੀ ਵਿੱਚੋਂ ਮਿਲ ਗਿਆ। ਪਹਿਲਾਂ ਉਹ ਇੱਕ ਪ੍ਰਾਇਵਟ ਸਕੂਲ ਵਿੱਚ ਅਧਿਆਪਕ ਸੀ। ਉੱਥੇ ਉਸਦੀ ਤਨਖਾਹ ਹਰ ਪ੍ਰਾਇਵਟ ਸਕੂਲ ਦੀ ਤਰ੍ਹਾਂ ਘੱਟ ਸੀ, ਪਰ ਫਿਰ ਵੀ ਉਹ ਉੱਥੇ ਬਹੁਤ ਖੁਸ਼ ਸੀ। ਉਹ ਜ਼ਿੰਦਗੀ ਉਸਨੂੰ ਸਵਰਗ ਤੋਂ ਘੱਟ ਨਹੀਂ ਸੀ ਜਾਪਦੀ। ਉਸ ਸਕੂਲ ਵਿੱਚ ਬਿਤਾਏ ਅੱਠ ਕੁ ਮਹੀਨੇ, ਇੱਕ ਬਹੁਤ ਹੀ ਹਸੀਨ ਮਿੱਠੀ ਜਿਹੀ ਯਾਦਾਸ਼ਤ ਬਣਕੇ ਉਸਦੇ ਦਿਲ ਵਿੱਚ ਸਮਾ ਚੁੱਕੇ ਸਨ। ਉਸ ਤੋਂ ਬਾਅਦ ਫਿਰ ਉਸਨੂੰ ਸਰਕਾਰੀ ਨੌਕਰੀ ਮਿਲ ਗਈ। ਪੈਸਾ ਤਾਂ ਆ ਗਿਆ, ਪਰ ਖੁਸ਼ੀ ਕਿਤੇ ਚਲੀ ਗਈ। ਫਿਰ ਹੋਰ ਪੈਸਾ ਕਮਾਉਣ ਦੀ ਇੱਛਾ ਪੈਦਾ ਹੋ ਗਈ। ਮਨ ਵਿੱਚ ਵਿਚਾਰ ਆਉਣ ਲੱਗੇ ਕਿ ਨੌਕਰੀ ਛੱਡ ਕੇ ਕੋਈ ਹੋਰ ਕਾਰੋਬਾਰ ਕਰ ਲਵੇ, ਜਿਸ ਵਿੱਚ ਨੌਕਰੀ ਨਾਲੋਂ ਵਧੇਰੇ ਕਈ ਗੁਣਾ ਜ਼ਿਆਦਾ ਪੈਸਾ ਬਣਦਾ ਹੋਵੇ।ਉਸਨੇ ਕਈ ਹੋਰ ਵਧੇਰੇ ਕਮਾਂ ਬਾਰੇ ਜਾਣਕਾਰੀ ਲਈ। ਆਪਣੇ ਸਾਥੀਆਂ ਦੀ ਮੱਦਦ ਨਾਲ ਕਈ ਹੋਰ ਕਮਾਂ ਦਾ ਥੋੜ੍ਹਾ ਸਵਾਦ ਵੀ ਚੱਖਿਆ, ਹੋਰ ਛੋਟੇ ਮੋਟੇ ਕੰਮ ਕਰਕੇ ਵੀ ਦੇਖੇ, ਮੁਨਾਫਾ ਵੀ ਹੋਣ ਲੱਗ ਗਿਆ, ਪਰ ਉਸਦੀ ਖੁਸ਼ੀ ਵਾਪਿਸ ਨਹੀਂ ਆ ਰਹੀ ਸੀ। ਫਿਰ ਮੈਂ ਇੱਕ ਦਿਨ ਸੋਚਿਆ ਕਿ ਉਹ ਪ੍ਰਾਇਵਟ ਸਕੂਲ ਵਿੱਚ ਜ਼ਿਆਦਾ ਖੁਸ਼ ਕਿਉਂ ਸੀ। ਉਸਦਾ ਜਵਾਬ ਮਿਲਿਆ- ਉਸ ਸਕੂਲ ਵਿੱਚ ਛੁੱਟੀ ਹੋਣ ਤੋਂ ਬਾਅਦ ਉਹ ਕੋਈ ਨਾ ਕੋਈ ਖੇਡ ਖੇਡਦਾ ਸੀ ਜਿਵੇਂ ਬਾਸਕਿਟ ਬਾਲ , ਚਿੱੜੀ ਬੱਲਾ ਆਦਿ ਅਤੇ ਜਦੋਂ ਖੇਡਣ ਤੋਂ ਬਾਅਦ ਉਹ ਥੱਕ ਜਾਂਦਾ ਸੀ, ਫਿਰ ਉਹ ਆਪਣੇ ਸਾਥੀ ਅਧਿਆਪਕਾਂ ਨਾਲ ਰਲ ਕੇ ਕੁੱਝ ਪਲ ਸਾਥ ਬਿਤਾਉਂਦਾ ਸੀ, ਗਲਾਂ ਬਾਤਾਂ ਕਰਦਾ ਸੀ। ਭਾਵ ਜ਼ਿੰਦਗੀ ਵਿੱਚ ਕੰਮ, ਖੇਡ ਅਤੇ ਅਰਾਮ ਦਾ ਸੰਤੁਲਣ ਸੀ। ਪਰ ਸਰਕਾਰੀ ਨੌਕਰੀ ਮਿਲਣ ਤੋਂ ਬਾਅਦ ਘਰ ਲੇਟ ਪੁਜਣਾ, ਅਤੇ ਖੇਡਣਾ ਛੁੱਟ ਜਾਣਾ, ਸਕੂਲੋਂ ਆ ਕੇ ਬੈਂਡ ਤੇ ਦੋ ਘੰਟੇ ਲਿਟੇ ਰਹਿਣਾ, ਇਹਨਾਂ ਸੱਭ ਚੀਜ਼ਾਂ ਨੇ ਜ਼ਿੰਦਗੀ ਦਾ ਸੰਤੁਲਣ ਵਿਗਾੜ ਦਿੱਤਾ ਸੀ, ਜਿਸ ਕਾਰਨ ਜ਼ਿੰਦਗੀ ਵਿੱਚ ਬੋਰੀਅਤ ਛਾ ਗਈ ਸੀ, ਪੈਸਾ ਹੋਣ ਦੇ ਬਾਵਜੂਦ ਵੀ। ਇਸ ਗਲ ਤੋਂ ਵਾਕਫ ਹੁੰਦਿਆਂ ਹੀ ਮੈਂ ਉਸਨੂੰ ਫਿਰ ਤੋਂ ਖੇਡਣ ਦਾ ਅਤੇ ਨਵੇਂ ਸਾਥੀ ਬਨਾਉਣ ਦਾ ਸੁਝਾਅ ਦਿੱਤਾ।ਉਸਨੇ ਮੇਰੀ ਗਲ ਮਨ ਲਈ, ਅਤੇ ਫਿਰ ਤੋਂ ਉਸਦੀ ਜ਼ਿੰਦਗੀ ਵਿੱਚ ਗਵਾਚਿਆ ਸੰਤੁਲਣ ਵਾਪਿਸ ਆ ਗਿਆ ਅਤੇ ਨਾਲ ਹੀ ਉਸ ਦੀਆਂ ਖੁਸ਼ੀਆਂ ਨੂੰ ਵੀ ਵਾਪਿਸ ਲੈ ਆਇਆ। ਹੁਣ ਉਸਦੇ ਵਾਸਤੇ ਵੀ ਪੈਸਾ ਨਹੀਂ , ਸੰਤੁਲਨ ਜ਼ਿਆਦਾ ਮਹੱਤਵ ਰੱਖਦਾ ਹੈ।

ਅਮਨਪ੍ਰੀਤ ਸਿੰਘ

09465554088

21ਸਾਹਿਤਕਾਰ ਅਮਨਪ੍ਰੀਤ ਸਿੰਘ ਵਟਸ ਅਪ 09465554088

ਕੀ ਐਸ਼ ਪਰੱਸਤੀ ਸੱਚਮੁੱਚ ਐਸ਼ ਹੈ?

ਅੱਜਕੱਲ੍ਹ ਹਰ ਕੋਈ ਐਸ਼ ਕਰਨਾ ਚਾਹੁੰਦਾ ਹੈ। ਖਾਸ ਕਰਕੇ ਅੱਜ ਦੇ ਜਵਾਨਾਂ ਤੋਂ ਪੁੱਛ ਲਵੋ "ਤੁਸੀਂ ਆਪਣੀ ਜ਼ਿੰਦਗੀ ਵਿੱਚ ਕੀ ਕਰਨਾ ਚਾਹੁੰਦੇ ਹੋ?" ਜਵਾਬ ਮਿਲੇਗਾ "ਪੂਰੀ ਐਸ਼ ਕਰਨੀ ਹੈ, ਹਰ ਜਗ੍ਹਾ ਘੁਮਣਾ ਹੈ, ਹਰ ਸਿਨੇਮਾ, ਹਰ ਰੈਸਟੋਰੈਂਟ, ਹਰ ਬੀਚ, ਦੁਨੀਆ ਵਿੱਚ ਹਰ ਚੀਜ਼ ਦੇਖਣੀ ਹੈ ਅਤੇ ਮਜ਼ੇ ਮਾਰਨੇ ਹਨ।" ਇੱਥੋਂ ਤੱਕ ਕਿ ਕਈ ਲੋਕ "ਵਰਲਡ ਟੂਅਰ(ਦੁਨੀਆ ਦੀ ਸੈਰ)" ਆਪਣਾ ਮਕਸਦ ਬਣਾਈ ਬੈਠੇ ਹਨ, ਉਹ ਵੀ ਆਪਣੀ ਜ਼ਿੰਦਗੀ ਦਾ। ਮੈਨੂੰ ਕਦੇ ਅਜਿਹੇ ਮਕਸਦ ਦੀ ਕਦੇ ਕੋਈ ਸਮਝ ਨਹੀਂ ਆਈ। ਜੇ ਦੁਨੀਆ ਦੀ ਸੈਰ ਕੋਈ ਕਰ ਵੀ ਲਵੇ ਤਾਂ ਉਸ ਨਾਲ ਕੀ ਹੋ ਜਾਵੇਗਾ... ਕੀ ਉਸ ਨਾਲ ਕਿਸੇ ਦਾ ਭਲਾ ਹੋਵੇਗਾ? ਕੀ ਉਸ ਨਾਲ ਸੈਰ ਕਰਨ ਵਾਲੇ ਦੀ ਜ਼ਿੰਦਗੀ ਵਿੱਚ ਖੁਸ਼ੀਆਂ ਦਾ ਆਗਮਨ ਹੋ ਜਾਵੇਗਾ? ਬਿਲਕੁਲ ਨਹੀਂ। ਮੇਰੇ ਕਈ ਅਜਿਹੇ ਮਿੱਤਰ ਹਨ ਜੋ ਖੁੱਦ ਐਸ਼-ਪਰੱਸਤੀ ਵਿੱਚ ਵਿਸ਼ਵਾਸ ਰੱਖਦੇ ਹਨ। ਉਹ ਸਾਰਾ ਦਿਨ ਘੁੰਮਦੇ ਫਿਰਦੇ ਹਨ। ਉਹਨਾਂ ਨੇ ਕੋਈ ਰੈਸਟੋਰੈਂਟ, ਸਿਨੇਮਾ, ਪੱਬ, ਹਰ ਤਰ੍ਹਾਂ ਦਾ ਖਾਣਾ ਪੀਣਾ, ਕੁੜੀਆਂ ਨਾਲ ਘੁੰਮਣਾ, ਇੱਥੋਂ ਤੱਕ ਕਿ ਨਸ਼ੇ ਦਾ ਸਵਾਦ ਵੀ ਚੱਖ ਚੁੱਕੇ ਹਨ। ਪਰ ਜਦੋਂ ਮੈਂ ਉਹਨਾਂ ਦੀ ਜ਼ਿੰਦਗੀ ਦੇ ਕਰੀਬ ਹੋ ਕੇ ਦੇਖਿਆ, ਤਾਂ ਉਹਨਾਂ ਤੋਂ ਦੁੱਖੀ ਇਨਸਾਨ ਮੈਂ ਹੋਰ ਕਿਤੇ ਨਹੀਂ ਪਾਏ। ਇਹ ਜਾਣਕੇ ਮੇਰੀ ਵੀ ਹੈਰਾਨੀ ਦੀ ਹੱਦ ਨਹੀਂ ਰਹੀ। ਕੁਦਰਤੀ ਉਹਨਾਂ ਲੜਕਿਆਂ ਵਿੱਚੋਂ ਇੱਕ ਲੜਕੇ ਦਾ ਨੌਕਰੀ ਵਾਲਾ ਟੈਸਟ ਪਾਸ ਹੋ ਗਿਆ ਅਤੇ ਉਸਨੂੰ ਸਰਕਾਰੀ ਨੌਕਰੀ ਮਿਲ ਗਈ। ਉਸ ਦਿਨ ਮੈਨੂੰ ਉਸ ਲੜਕੇ ਨੇ ਖੁਦ ਆ ਕੇ ਕਿਹਾ "ਯਾਰ, ਜੋ ਖੁਸ਼ੀ ਮੈਨੂੰ ਅੱਜ ਮਿਲੀ ਹੈ ਨਾ, ਉਹ ਕਦੇ ਮੈਨੂੰ ਨਹੀਂ ਮਿਲੀ।" ਇਹ ਸੁਣਦਿਆਂ ਹੀ ਮੈਨੂੰ ਸਾਰੀ ਖੇਡ ਸਮਝ ਆ ਗਈ। ਐਸ਼ ਪਰੱਸਤੀ ਉਹ ਨਹੀਂ ਹੈ ਜਿਸਨੂੰ ਲੋਕ ਸਮਝ ਰਹੇ ਹਨ। ਉਹ ਤਾਂ ਮਨ ਦਾ ਵਹਿਮ ਹੈ! ਇੱਕ ਭੇਡ ਚਾਲ ਹੈ, ਜੋ ਮੀਡੀਆ ਦੁਆਰਾ ਅੱਜਕੱਲ੍ਹ ਦੀਆਂ ਨਵੀਆਂ ਫਿਲਮਾਂ ਤੋਂ ਸ਼ੁਰੂ ਹੋਈ ਹੈ। ਜੇਕਰ ਇਸ ਐਸ਼ ਪਰੱਸਤੀ ਵਿੱਚ ਖੁਸ਼ੀ ਹੁੰਦੀ ਤਾਂ ਹਰ ਐਸ਼ ਪਰੱਸਤੀ ਕਰਨ ਵਾਲਾ ਇਨਸਾਨ ਦੁੱਖੀ ਨਾ ਹੁੰਦਾ। ਮੇਰੇ ਜਿਹੜੇ ਮਿੱਤਰ ਨੂੰ ਸਰਕਾਰੀ ਨੌਕਰੀ ਮਿਲੀ ਸੀ, ਉਸਨੂੰ ਆਪਣੀ ਅੰਦਰਲੀ ਛੋਟੀ ਜਿਹੀ ਤਾਕਤ (ਨੌਕਰੀ ਪਾਉਣ ਦੀ ਤਾਕਤ) ਦਾ ਪਤਾ ਲਗਦੇ ਹੀ ਉਸਨੂੰ ਅਜਿਹੀ ਖੁਸ਼ੀ ਮਿਲੀ, ਜੋ ਉਸਨੇ ਜ਼ਿੰਦਗੀ ਭਰ ਕਦੇ ਮਹਿਸੂਸ ਨਹੀਂ ਕੀਤੀ ਸੀ। ਜੇਕਰ ਉਹ ਆਪਣੇ-ਆਪ ਨੂੰ ਪੂਰਾ ਹੀ ਜਾਣ ਲਵੇ ਤਾਂ, ਉਸਨੂੰ ਕਿਹੋ ਜਿਹੀ ਖੁਸ਼ੀ ਮਿਲੇਗੀ, ਉਸਦਾ ਕੋਈ ਅੰਦਾਜ਼ਾ ਵੀ ਨਹੀਂ ਲਗਾ ਸਕਦਾ। ਸਹੀ ਐਸ਼ ਤਾਂ ਆਪਣੇ ਆਪ ਨੂੰ ਲੱਭਣ ਵਿੱਚ ਹੀ ਹੈ। ਸੋ ਸਾਰੇ ਜਵਾਨੋ ਕਰੋ ਐਸ਼! ਅਤੇ ਜੁਟ ਜਾਓ ਆਪਣੇ ਆਪ ਨੂੰ ਲੱਭਣ ਵਿੱਚ !

ਸਾਹਿਤਕਾਰ ਅਮਨਪ੍ਰੀਤ ਸਿੰਘ

09465554088

"ਕੀ ਬੇਸ਼ਰਮੀ ਚੰਗੀ ਵੀ ਹੋ ਸਕਦੀ ਹੈ"

ਦੁਨੀਆ ਵਿੱਚ ਹਰ ਚੀਜ਼ ਦੇ ਫਾਇਦੇ ਅਤੇ ਨੁਕਸਾਨ ਹਨ। ਇਥੋਂ ਤਕ ਕਿ ਬੇਸ਼ਰਮ ਹੋਣ ਦੇ ਵੀ ਬਹੁਤ ਫਾਇਦੇ ਹੋ ਸਕਦੇ ਹਨ। ਇੱਕ ਛੋਟੀ ਜਿਹੀ ਕਹਾਣੀ ਸੁਣੋ। ਇੱਕ ਲੜਕਾ ਸੀ, ਉਸਦਾ ਸਾਰਾ ਪਰਿਵਾਰ ਵਪਾਰ ਕਰਦਾ ਸੀ। ਉਹ ਲੜਕਾ ਚਾਹੁੰਦਾ ਸੀ ਕਿ ਉਹ ਇੱਕ ਲੇਖਕ ਬਣੇ। ਜਦ ਵੀ ਉਹ ਆਪਣੇ ਵਿਚਾਰ ਕਿਸੇ ਦੇ ਸਾਹਮਣੇ ਰੱਖਣ ਦੀ ਕੋਸ਼ਿਸ਼ ਕਰਦਾ, ਤਾਂ ਸਾਰੇ ਉਸਦਾ ਮਜ਼ਾਕ ਉਡਾਉਂਦੇ, ਕਹਿੰਦੇ "ਲੈ! ਇਧਰ ਦੇਖੋ, ਵਪਾਰੀ ਦਾ ਪੁੱਤ ਹੁਣ ਮਹਾਤਮਾ ਬਨਣ ਦੀ ਕੋਸ਼ਿਸ਼ ਕਰ ਰਿਹਾ ਹੈ। ਤੇਰੇ ਵਿਚਾਰ ਤੇਰੇ ਤੋਂ ਬਿਨ੍ਹਾਂ ਕਿਸੇ ਹੋਰ ਨੇ ਪੱੜ੍ਹਨੇ ਵੀ ਨਹੀਂ।" ਉਸ ਲੜਕੇ ਨੂੰ ਇਹ ਗਲਾਂ ਬਹੁਤ ਚੁਭਦੀਆਂ। ਇੱਥੋਂ ਤਕ ਕਿ ਉਸਦੇ ਪਰਿਵਾਰ ਵਾਲੇ ਵੀ ਉਸਦਾ ਖ਼ੂਬ ਮਜ਼ਾਕ ਉਡਾਉਂਦੇ। ਇੱਕ ਦਿਨ ਉਸਨੇ ਤੰਗ ਹੋ ਕੇ ਬੇਸ਼ਰਮੀ ਧਾਰ ਲਈ। ਉਸਨੇ ਆਪਣੇ ਮਨ ਵਿੱਚ ਸੋਚਿਆ- "ਮੈਂ ਤਾਂ ਬੇਸ਼ਰਮ ਹਾਂ, ਲੋਕ ਮੇਰੇ ਬਾਰੇ ਕੀ ਕਹਿੰਦੇ ਹਨ, ਮੈਨੂੰ ਕੋਈ ਫਰਕ ਨਹੀਂ ਪੈਂਦਾ, ਮੈਂ ਤਾਂ ਸਿਰਫ ਆਪਣਾ ਕੰਮ ਕਰਨਾ ਹੈ।" ਇਸ ਪਲ ਤੋਂ ਬਾਅਸ ਉਸਨੂੰ ਲੋਕਾਂ ਦੀਆਂ ਤਿੱਖੀਆਂ ਗਲਾਂ ਚੁੱਭਣੀਆਂ ਬੰਦ ਹੋ ਗਈਆਂ। ਉਸਦਾ ਪੂਰਾ ਧਿਆਨ ਆਪਣੇ ਕੰਮ ਵਿੱਚ ਆ ਗਿਆ। ਜਲਦ ਹੀ ਉਸਨੇ ਇੱਕ ਪੁਸਤਕ ਲਿਖ ਕੇ ਪਬਲਿਸ਼ ਕਰਵਾ ਦਿੱਤੀ। ਉਹ ਪੁਸਤਕ ਬਹੁਤ ਚਲੀ ਅਤੇ ਉਹ ਮਸ਼ਹੂਰ ਹੋ ਗਿਆ। ਉਸਦੀ ਕੀਤੀ ਬੇਸ਼ਰਮੀ ਨੇ ਉਸਨੂੰ ਚੋਟੀ ਤੇ ਪਹੁੰਚਾ ਦਿੱਤਾ। "ਲੋਕੀ ਕੀ ਕਹਿਣਗੇ" ਇਹ ਸੋਚਣ ਵਾਲਾ ਇਨਸਾਨ ਕਦੇ ਤਰੱਕੀ ਨਹੀਂ ਕਰ ਸਕਦਾ। ਕਿਉਂਕਿ ਦੁਨੀਆ ਵਿੱਚ ਅਜਿਹਾ ਕੋਈ ਕੰਮ ਨਹੀਂ ਜਿਸਦੀ ਲੋਕ ਅਲੋਚਨਾ ਨਹੀਂ ਕਰਦੇ। ਚੰਗੇ ਕੰਮ ਵਾਸਤੇ ਬੇਸ਼ਰਮੀ ਕਰਨਾ ਵੀ ਇੱਕ ਚੰਗੀ ਆਦਤ ਹੈ ਅਤੇ ਮਾੜੇ ਕੰਮ ਵਾਸਤੇ ਬੇਸ਼ਰਮੀ ਕਰਨਾ ਮਾੜੀ ਆਦਤ। ਬੇਸ਼ਰਮੀ ਤਾਂ ਨਿਊਟਰਲ ਹੈ। ਸੋ ਬੇਸ਼ਰਮੀ ਸਾਡੇ ਲਈ ਮਾੜੀ ਹੈ ਯਾ ਚੰਗੀ, ਇਸਦਾ ਫੈਸਲਾ ਅਸੀਂ ਖੁਦ ਹੀ ਕਰਦੇ ਹਾਂ। ਚੰਗਾ ਕਰਮ ਚੁਣੋ, ਆਪਣੇ ਰਾਹ ਤੇ ਅੱਗੇ ਵੱਧਦੇ ਜਾਓ, ਲੋਕਾਂ ਦੀਆਂ ਤਿੱਖੀਆਂ ਤਲਵਾਰ ਆਲੋਚਨਾਵਾਂ ਦਾ ਸਾਹਮਣਾ ਬੇਸ਼ਰਮੀ ਦੀ ਢਾਲ ਨਾਲ ਕਰੋ ਅਤੇ ਬਣ ਜਾਓ, ਜੋ ਪ੍ਰਮਾਤਮਾ ਨੇ ਤੁਹਾਨੂੰ ਬਨਣ ਲਈ ਭੇਜਿਆ ਹੈ।

ਸਾਹਿਤਕਾਰ ਅਮਨਪ੍ਰੀਤ ਸਿੰਘ

ਵਟਸ ਅਪ: 09465554088

ਕੀ ਗਰੀਬੀ ਸ਼ਰਾਪ ਹੈ?

ਹਰ ਕੋਈ ਨੌਜਵਾਨ ਸੋਚਦਾ ਹੈ "ਕਾਸ਼ ਮੈਂ ਕਿਸੇ ਅਮੀਰ ਘਰ ਪੈਦਾ ਹੋਇਆ ਹੁੰਦਾ! ਕਿੰਨੇ ਨਜ਼ਾਰੇ ਹੁੰਦੇ! ਪੈਸਾ, ਗੱਡੀ, ਮਹਿੰਗਾ ਮੋਬਾਈਲ , ਮਹਿੰਗੇ ਬਰੈਂਡਡ ਕੱਪੜੇ ਹੁੰਦੇ। ਜਿਹੜੀ ਵੀ ਚੀਜ਼ ਮੇਰੇ ਮਨ ਨੂੰ ਭਾਉਂਦੀ, ਮੈਂ ਉਸੇ ਹੀ ਵਕਤ ਖਰੀਦ ਲੈਂਦਾ। ਹੁਣ ਤਾਂ ਜ਼ਿੰਦਗੀ ਨਰਕ ਹੈ। ਜੇਬ ਹਮੇਸ਼ਾਂ ਖਾਲ੍ਹੀ ਹੁੰਦੀ ਹੈ। ਆਪਣੇ ਕਿਸੇ ਦੋਸਤ ਨਾਲ ਸਮੋਸਿਆਂ ਦੀ ਪਾਰਟੀ ਵੀ ਨਹੀਂ ਕਰ ਸਕਦਾ। ਕਾਲਜ ਵੀ ਸਾਈਕਲ 'ਤੇ ਹੀ ਜਾਣਾ ਪੈਂਦਾ ਹੈ। ਪੰਜ ਰੁਪਏ ਦੀ ਬਿਸਕੁਟ ਲੈਣ ਲੱਗਿਆਂ ਵੀ ਸੌ ਵਾਰ ਸੋਚਣਾ ਪੈਂਦਾ ਹੈ।"

ਉਪਰੋਕਤ ਨੌਜਵਾਨ ਦੀ ਹਾਲਤ ਦੇਖਕੇ ਇੱਕ ਵਾਰ ਤਾਂ ਉਸ ਉਪਰ ਬਹੁਤ ਤਰਸ ਆਉਂਦਾ ਹੈ। ਇੰਝ ਲਗਦਾ ਹੈ ਕਿ ਇਸ ਵਿੱਚ ਇਸ ਲੜਕੇ ਦੀ ਕੀ ਗਲਤੀ ਹੈ ਜੇ ਉਹ ਕਿਸੇ ਗਰੀਬ ਘਰ ਪੈਦਾ ਹੋਇਆ ਹੈ। ਉਸਨੂੰ ਇੰਨੇ ਕਸ਼ਟ ਕਿਉਂ ਝਲਣੇ ਪੈ ਰਹੇ ਹਨ। ਹੁਣ ਆਪਾਂ ਇਸੇ ਗਲ ਨੂੰ ਕਿਸੇ ਹੋਰ ਕੋਣ ਤੋਂ ਦੇਖਦੇ ਹਾਂ। ਥੋੜ੍ਹਾ ਧਿਆਨ ਨਾਲ ਸਮਝਣਾ। ਉਹ ਲੜਕਾ ਗਰੀਬ ਹੈ। ਉਸ ਕੋਲ ਕੋਈ ਸਹੂਲਤ ਨਹੀਂ ਹੈ। ਜੇਕਰ ਉਹ ਲੜਕਾ ਆਪਣੇ ਮਨ ਵਿੱਚ ਇਹ ਬਿਠਾ ਲਵੇ ਕਿ ਜ਼ਿੰਦਗੀ ਇੱਕ ਖੇਡ ਹੈ ਅਤੇ ਇਸ ਖੇਡ ਵਿੱਚ, ਉਹ ਹਰ ਖੇਡ ਦੀ ਤਰ੍ਹਾਂ 0 ਤੋਂ ਸ਼ੁਰੂ ਹੋਇਆ ਹੈ ਅਤੇ ਉਸਨੇ 100 ਤੱਕ, ਆਪਣੀ ਜ਼ਿੰਦਗੀ ਸਫਲ ਬਨਾਉਣ ਤੱਕ ਜਾਣਾ ਹੈ। ਸੌ ਤੱਕ ਪਹੁੰਚਣ ਦਾ ਸਿਰਫ ਇੱਕੋ ਹੀ ਰਾਸਤਾ ਹੈ। ਉਹ ਰਾਸਤਾ ਹੈ ਆਪਣੇ ਆਪ ਨੂੰ ਲੱਭਣਾ, ਆਪਣੇ ਅੰਦਰ ਛਿੱਪੇ ਹੁਨਰ ਨੂੰ ਲੱਭਣਾ। ਆਪਣੇ ਅੰਦਰ ਛਿੱਪੇ ਹੁਨਰ ਨੂੰ ਬਾਹਰ ਕੱਢ ਕੇ, ਉਸ ਉੱਤੇ ਸਵਾਰ ਹੋ ਕੇ ਹੀ ਉਹ 100 ਤੱਕ ਪਹੁੰਚ ਸਕਦਾ ਹੈ ਅਤੇ ਜ਼ਿੰਦਗੀ ਦੀ ਖੇਡ ਨੂੰ ਜਿੱਤ ਸਕਦਾ ਹੈ। ਇਸ ਗਲ ਵਿੱਚ ਕੋਈ ਸ਼ੱਕ ਨਹੀਂ ਹੈ ਕਿ ਆਪਣੇ ਦਮ 'ਤੇ ਮਿਲੀ ਜਿਤ ਦਾ ਨਜ਼ਾਰਾ ਹੀ ਵਖਰਾ ਹੁੰਦਾ ਹੈ। ਮੈਂ ਖੁਦ ਕਈ ਲੋਕਾਂ 'ਤੇ ਰਿਸਰਚ ਕੀਤੀ ਕਿ ਉਹਨਾਂ ਨੂੰ ਸੱਭ ਤੋਂ ਵੱਧ ਖੁਸ਼ੀ ਕਿਹੜੇ ਪਲ ਮਿਲੀ। ਤੁਸੀਂ ਇਸਦਾ ਉੱਤਰ ਸੁਣਕੇ ਹੈਰਾਨ ਹੋ ਜਾਵੋਂਗੇ। ਉਹ ਪਲ ਨਾਂ ਹੀ ਕੁੜੀਆਂ ਨਾਲ ਘੁੰਮਣ ਬਾਰੇ ਸਨ, ਨਾਂ ਹੀ ਢੇਰ ਸਾਰਾ ਧੰਨ ਇਕੱਠਾ ਹੋਣ ਵਾਲੇ, ਉਹ ਪਲ ਸਨ, ਜਦ ਉਹਨਾਂ ਲੋਕਾਂ ਨੇ ਆਪਣੇ ਅੰਦਰ ਛਿੱਪੇ ਹੁਨਰ ਨੂੰ ਪਹਿਚਾਣ ਲਿਆ ਸੀ। ਜੇਕਰ ਕੋਈ ਆਪਣੇ ਅੰਦਰ ਛਿੱਪੀ ਹੁਨਰ ਦੀ ਇੱਕ ਬੂੰਦ ਵੀ ਚੱਖ ਲਵੇ, ਤਾਂ ਉਸਨੂੰ ਸਵਰਗ ਦੇ ਝੂਟੇ ਆਉਣ ਲੱਗ ਜਾਂਦੇ ਹਨ। ਹੁਣ ਉਸ ਨੌਜਵਾਨ ਕੋਲ ਪੈਸੇ ਹੀ ਨਹੀਂ ਹਨ। ਨਾਂ ਉਹ ਕੁੜੀਆਂ ਨਾਲ ਘੁੰਮ ਸਕਦਾ ਹੈ ਅਤੇ ਨਾਂ ਹੀ ਉਹ ਦੁਨਿਆਵੀ ਚੀਜ਼ਾਂ ਖਰੀਦ ਕੇ ਆਪਣਾ ਵਕਤ ਬਰਬਾਦ ਕਰ ਸਕਦਾ ਹੈ। ਉਸਨੂੰ ਮਜਬੂਰਨ ਆਪਣਾ ਧਿਆਨ ਆਪਣੇ ਆਪ ਨੂੰ ਲੱਭਣ ਵਿੱਚ ਹੀ ਲਾਉਣਾ ਪਵੇਗਾ। ਸਮਝੋ ਹੁਣ ਮਜਬੂਰਨ ਉਸ ਲੜਕੇ ਨੂੰ ਆਪਣੇ ਧਿਆਨ ਦੁਨੀਆ ਦੇ ਸੱਭ ਤੋਂ ਵੱਡੇ ਸੁੱਖ ਨੂੰ, ਜੋ ਕਿ ਅਸਲੀ ਸੁੱਖ ਹੈ, ਹਾਸਲ ਕਰਨ ਲਈ ਲਗਾਉਣਾ ਪਵੇਗਾ। ਹੁਣ ਮੈਨੂੰ ਤੁਸੀਂ ਦੱਸੋ ਗਰੀਬੀ ਸ਼ਰਾਪ ਹੈ ਯਾ ਵਰਦਾਨ? ਗਰੀਬੀ ਤਾਂ ਉਸਨੂੰ ਅਜਿਹਾ ਮੌਕਾ ਦੇ ਰਹੀ ਹੈ, ਜੋ ਅਮੀਰਾਂ ਨੂੰ ਬਹੁਤ ਹੀ ਘੱਟ ਨਸੀਬ ਹੁੰਦਾ ਹੈ। ਦੂਜੇ ਪਾਸੇ ਹੁਣ ਆਪਾਂ ਉਸ ਲੜਕੇ ਦੀ ਗਲ ਕਰਦੇ ਹਾਂ, ਜੋ ਅਮੀਰ ਘਰ ਪੈਦਾ ਹੋਇਆ ਹੈ। ਇਸ ਲੜਕੇ ਕੋਲ ਸ਼ੁਰੂ ਤੋਂ ਹੀ ਬਹੁਤ ਪੈਸਾ ਹੈ। ਇਸ ਕੋਲ ਕਾਰ, ਮੋਬਾਇਲ, ਇੰਟਰਨੈੱਟ ਆਦਿ ਸੱਭ ਕੁੱਝ ਹੈ। ਹੁਣ ਇਹ ਲੱਗਭੱਗ ਸੁਭਾਵਿਕ ਹੈ ਕਿ ਉਹ ਆਪਣੇ ਮੋਬਾਇਲ ਤੇ ਇੰਟਰਨੈੱਟ ਦੁਆਰਾ ਆਪਣੇ ਸਾਰਾ ਵਕਤ ਵਟਸ ਅਪ

ਅਤੇ ਫੇਸਬੁਕ ਤੇ ਕੁੜੀਆਂ ਨਾਲ ਗਲਾਂ ਕਰਕੇ, ਆਪਣੇ ਸਾਰਾ ਵਕਤ ਬਰਬਾਦ ਕਰਦਾ ਰਹੇਗਾ। ਬੱਚਿਆ ਹੋਇਆ ਵਕਤ ਉਹ ਆਪਣੇ ਦੋਸਤਾਂ ਮਿਤਰਾਂ ਨਾਲ ਰੈਸਟੋਰੈਂਟਾਂ ਵਿੱਚ ਪਾਰਟੀਆਂ ਕਰੇਗਾ ਅਤੇ ਕਾਰ ਵਿੱਚ ਗੇੜੀਆਂ ਮਾਰੇਗਾ। ਫਿਰ ਵੀ ਜੇ ਉਸਦਾ ਥੋੜ੍ਹਾ ਬਹੁਤ ਵਕਤ ਬੱਚ ਗਿਆ, ਉਹ ਮਲਟੀਪਲੈਕਸ ਵਿੱਚ ਜਾ ਕੇ ਮਹਿੰਗੀਆਂ-ਮਹਿੰਗੀਆਂ ਫਿਲਮਾਂ ਦੇਖੇਗਾ। ਇਹੋ ਹੀ ਅੱਜਕੱਲ੍ਹ ਹਰ ਜਗ੍ਹਾ ਹੋ ਰਿਹਾ ਹੈ। ਅਤੇ ਇਹੋ ਜਿਹੇ ਲੜਕੇ ਇਹ ਕਹਿ ਰਹੇ ਹਨ "ਅਸੀਂ ਤਾਂ ਪੂਰੀ ਐਸ਼ ਕਰਦੇ ਹਾਂ!" ਪਰ ਸਚਾਈ ਤਾਂ ਇਹ ਹੈ ਕਿ ਉਹ ਦੁਨੀਆ ਦੇ ਸੱਭ ਤੋਂ ਵੱਡੇ ਸੁੱਖ ਤੋਂ ਵਾਂਝੇ ਰਹਿ ਰਹੇ ਹਨ। ਉਹ ਕਲਪਨਾ ਵੀ ਨਹੀਂ ਕਰ ਸਕਦੇ ਕਿ ਉਹ ਦੁਨਿਆਵੀ ਚੀਜ਼ਾਂ ਦੇ ਪਿੱਛੇ ਪੈ ਕੇ, ਉਹ ਕੀ ਖੋਹ ਰਹੇ ਹਨ। ਉਹਨਾਂ ਦਾ ਸਾਰਾ ਜੀਵਨ ਉਹਨਾਂ ਦੀ ਐਸ਼ ਵਿੱਚ ਹੀ ਉਲਝ ਕੇ ਰਹਿ ਜਾਂਦਾ ਹੈ। ਮੈਂ ਖੁਦ ਇਹ ਦੋਨਾਂ ਤਰੀਕਿਆਂ ਦੀ ਜ਼ਿੰਦਗੀ ਜੀ ਚੁੱਕਿਆ ਹਾਂ। ਯਕੀਨ ਮੰਨੋ ਜਦ ਮੈਂ ਆਪਣਾ ਥੋੜ੍ਹਾ ਜਿਹਾ ਹੁਨਰ ਪਹਿਚਾਣਿਆ, ਤਾਂ ਇਹਨਾਂ ਆਨੰਦ ਅਨੁਭਵ ਹੋਇਆ ਕਿ ਮੇਰੀ ਜ਼ੁਬਾਨ ਬਿਆਨ ਹੀ ਨਾਂ ਕਰ ਸਕੀ। ਅਤੇ ਜਿਹੜੀ ਜ਼ਿੰਦਗੀ ਜਵਾਨਾਂ ਨੂੰ ਐਸ਼ ਵਾਲੀ ਲਗਦੀ ਹੈ, ਉਹ ਮੈਨੂੰ ਮੂਰਖਾਂ ਵਾਲੀ ਪ੍ਰਤੀਤ ਹੁੰਦੀ ਹੈ। ਥੋੜ੍ਹਾ ਬਹੁਤ ਘੁੰਮਣ ਯਾ ਟੀ.ਵੀ. ਦੇਖਣ ਵਿੱਚ ਕੋਈ ਬੁਰਾਈ ਨਹੀਂ, ਪਰ ਇਸ ਤਰ੍ਹਾਂ ਸਾਰਾ ਦਿਨ ਨਾ ਕਰੋ। ਇਸ ਨੂੰ ਰਿਫਰੈਸ਼ਮੈਂਟ ਦੀ ਤਰ੍ਹਾਂ ਵਰਤੋ, ਪਰ ਆਪਣਾ ਪੂਰਾ ਧਿਆਣ ਆਪਣੇ ਆਪ ਨੂੰ ਲੱਭਣ ਵਿੱਚ ਹੀ ਰੱਖੋ। ਹੁਣ ਤੁਸੀਂ ਮੈਨੂੰ ਆਪ ਹੀ ਦੱਸੋ "ਕੀ ਗਰੀਬੀ ਸ਼ਰਾਪ ਹੈ?"

ਸਾਹਿਤਕਾਰ ਅਮਨਪ੍ਰੀਤ ਸਿੰਘ

ਵਟਸ ਅਪ: 09465554088

"ਕੀ ਪੈਸੇ ਨਾਲ ਸਮਾਜ ਸੇਵਾ ਕੀਤੀ ਜਾ ਸਕਦੀ ਹੈ?"

ਅੱਜ ਦਾ ਦੌਰ ਦਾਨ ਮੰਗਣ ਦਾ ਚਲ ਰਿਹਾ ਹੈ। ਕੋਈ ਧਰਮ ਦੇ ਨਾਂ ਤੇ, ਕੋਈ ਗਰੀਬਾਂ ਨੂੰ ਰੋਟੀ ਖਵਾਉਣ ਦੇ ਨਾਮ ਤੇ, ਕੋਈ ਗਰੀਬ ਕੁੜੀਆਂ ਦੇ ਵਿਆਹ ਕਰਵਾਉਣ ਦੇ ਨਾਮ ਤੇ ਦਾਨ ਮੰਗਦੇ ਹੀ ਰਹਿੰਦੇ ਹਨ। ਕੀ ਸੱਚਮੁੱਚ ਇਹ ਪੈਸਾ ਗਰੀਬਾਂ ਨੂੰ ਮਿਲਦਾ ਹੈ? ਬਹੁਤੇ ਲੋਕ ਤਾਂ ਐਵੇਂ ਹੀ ਝੂਠ-ਮੂਠ ਬੋਲਕੇ ਦਾਨ ਦੇ ਰੂਪ ਵਿੱਚ ਪੈਸੇ ਲੁੱਟ ਕੇ ਲੈ ਜਾਂਦੇ ਹਨ। ਇੱਕ ਵਾਰ ਮੇਰੇ ਸਾਥੀ ਅਧਿਆਪਕ ਦੇ ਘਰ ਕੁੱਝ ਆਦਮੀ ਆਏ ਅਤੇ ਕਹਿਣ ਲੱਗੇ "ਅਸੀਂ ਗਰੀਬ ਕੁੜੀਆਂ ਦਾ ਵਿਆਹ ਕਰਵਾਉਂਦੇ ਹਾਂ, ਸੋ ਕ੍ਰਿਪਾ ਕਰਕੇ ਆਪਣੀ ਸ਼ਰਧਾ ਅਨੁਸਾਰ ਦਾਨ ਦੇ ਦਿਓ।" ਉਸ ਅਧਿਆਪਕ ਨੇ ਉਹਨਾਂ ਨੂੰ 500 ਰੁਪਏ ਦੇ ਦਿੱਤੇ। ਇੱਕ ਮਹੀਨੇ ਬਾਅਦ ਓਹ ਸਾਰੇ ਆਦਮੀ ਫਿਰ ਉਸਦੇ ਘਰ ਚਲੇ ਗਏ। ਸਾਥੀ ਅਧਿਆਪਕ ਨੇ ਫਿਰ ਉਹਨਾਂ ਨੂੰ ਕਾਫੀ ਪੈਸੇ ਦੇ ਦਿੱਤੇ। ਫਿਰ ਉਹ ਲਗਾਤਾਰ ਹੀ ਹਰ ਮਹੀਨੇ ਉਸੀ ਅਧਿਆਪਕ ਦੇ ਘਰ ਲਗਾਤਾਰ ਜਾਣ ਲੱਗ ਪਏ। ਇੱਕ ਦਿਨ ਅਧਿਆਪਕ ਨੇ ਜਦ ਪੈਸੇ ਦਿੱਤੇ, ਉਸਨੇ ਬੂਹਾ ਤਾਂ ਬੰਦ ਕਰ ਦਿੱਤਾ, ਪਰ ਬੂਹੇ ਕੋਲ ਹੀ ਖੜ੍ਹਾ ਰਿਹਾ। ਉਸਨੂੰ ਸੁਣਾਈ ਦਿੱਤਾ "ਦੇਖਿਆ ਫਿਰ! ਅੱਜ ਫਿਰ ਆਪਾਂ ਇਸ ਅਧਿਆਪਕ ਨੂੰ ਬੁੱਧੂ ਬਣਾਇਆ!" ਇਹ ਹੀ ਸੱਚ ਬਣ ਚੁੱਕਾ ਹੈ ਅੱਜ ਦੇ ਦਾਣ ਲੈਣ ਵਾਲਿਆਂ ਦਾ। ਤੁਸੀਂ ਹੁਣ ਇਹ ਸਵਾਲ ਆਪਣੇ ਕੋਲੋਂ ਜ਼ਰੂਰ ਪੁੱਛੋ "ਕੀ ਸੱਚਮੁੱਚ ਅਸੀਂ ਪੈਸਾ ਦਾਨ ਕਰਕੇ ਸਮਾਜ ਸੇਵਾ ਕਰ ਰਹੇ ਹਾਂ?" ਜੇ ਮਨ ਲਵੋ ਕਿ ਕੋਈ ਲੜਕਾ ਭੀਖ ਮੰਗ ਰਿਹਾ ਹੈ, ਜੇ ਆਪਾਂ ਉਸਨੂੰ ਭੀਖ ਦੇ ਦਿੰਦੇ ਹਾਂ, ਕੀ ਆਪਾਂ ਉਸਨੂੰ ਬਿਨ੍ਹਾਂ ਮਿਹਨਤ ਕਰੇ, ਪੈਸਾ ਕਮਾਉਣ ਦੀ ਆਦਤ ਨਹੀਂ ਪਾ ਰਹੇ? ਕੀ ਆਪਾਂ ਉਸਨੂੰ ਭੀਖ ਮੰਗਣ ਦੀ ਆਦਤ ਨਹੀਂ ਪਾ ਰਹੇ? ਕੀ ਉਹ ਖੁਦ ਮਿਹਨਤ ਕਰਕੇ ਕੁੱਝ ਪੈਸੇ ਕਮਾ ਨਹੀਂ ਸਕਦਾ? ਆਪਾਂ ਉਸਨੂੰ ਭੀਖ ਦੇ ਕੇ, ਉਸਦੀ ਕੋਈ ਮੱਦਦ ਨਹੀਂ ਕਰ ਰਹੇ। ਆਪਾਂ ਤਾਂ ਉਸਨੂੰ ਪੈਸੇ ਦੇ ਕੇ ਉਸਨੂੰ ਸਦਾ ਲਈ ਇੱਕ ਲਾਚਾਰ ਪੇਸ਼ੇਵਰ ਭਿਖਾਰੀ ਬਣਾ ਰਹੇ ਹਾਂ। ਅੱਜ ਆਪਾਂ ਬਿਨ੍ਹਾਂ ਸੋਚੇ ਸਮਝੇ ਦਾਨ ਦੇ-ਦੇ ਕੇ ਹੀ ਪੇਸ਼ੇਵਰ ਭਿਖਾਰੀ ਉਪਜ ਦਿੱਤੇ ਹਨ। "ਪੇਸ਼ੇਵਰ ਭੀਖ" ਦੇਸ਼ ਦੀ ਇੱਕ ਨਵੀਂ ਸਮੱਸਿਆ ਬਣਦੀ ਜਾ ਰਹੀ ਹੈ। ਜੇਕਰ ਸਹੀ ਸਮਾਜ ਸੇਵਾ ਕਰਨੀ ਹੈ ਤਾਂ ਭਿਖਾਰੀਆਂ ਨੂੰ ਕੋਈ ਕੰਮ ਕਰਨ ਲਈ ਦਿਓ ਨਾਂ ਕਿ ਪੈਸੇ।ਉਹਨਾਂ ਨੂੰ ਮਿਹਨਤੀ ਬਣਾਓ ਨਾਂ ਕਿ ਲਾਚਾਰ। ਇੱਕ ਵਾਰ ਫਿਰ ਇਹ ਪ੍ਰਸ਼ਨ ਆਪਣੇ-ਆਪ ਤੋਂ ਪੁੱਛੋ "ਕੀ ਪੈਸੇ ਨਾਲ ਸਮਾਜ ਸੇਵਾ ਕੀਤੀ ਜਾ ਸਕਦੀ ਹੈ?"

ਅਮਨਪ੍ਰੀਤ ਸਿੰਘ

09465554088

26ਸਾਹਿਤਕਾਰ ਅਮਨਪ੍ਰੀਤ ਸਿੰਘ ਵਟਸ ਅਪ 09465554088

"ਕੀ ਸ਼ਗਨ ਦਾ ਰਿਵਾਜ ਹੋਣਾ ਚਾਹੀਦਾ ਹੈ?"

ਕੁਝ ਸਮੇਂ ਪਹਿਲਾਂ ਦੀ ਹੀ ਗਲ ਹੈ, ਇੱਕ ਮੇਰਾ ਦੋਸਤ ਮੇਰੇ ਵਿਆਹ ਤੋਂ ਬਾਅਦ ਪਹਿਲੀ ਵਾਰ ਮੇਰੇ ਘਰ ਆਇਆ ਸੀ। ਉਹ ਮੇਰੇ ਲਈ ਮੇਰੇ ਵਿਆਹ ਦਾ ਤੋਹਫਾ ਲੈ ਕੇ ਆਇਆ। ਉਸਨੂੰ ਮੇਰੇ ਘਰ ਖਾਲ੍ਹੀ ਹੱਥ ਆਉਣਾ ਚੰਗਾ ਨਹੀਂ ਲੱਗਿਆ। ਮੈਂ ਉਸਨੂੰ ਕਿਹਾ ਵੀ ਕਿ ਇਸਦੀ ਕੀ ਜ਼ਰੂਰਤ ਸੀ। ਜਵਾਬ ਮਿਲਿਆ, "ਇਹ ਤਾਂ ਹੁੰਦਾ ਹੀ ਹੈ।ਇੰਨ੍ਹਾਂ ਤਾਂ ਕਰਨਾ ਹੀ ਪੈਂਦਾ ਹੈ।" ਮੈਂ ਸਮਝ ਗਿਆ ਕਿ ਸ਼ਗਨਾਂ, ਤੋਹਫਿਆਂ ਦੀ ਰੀਤ ਅੱਜ ਦੀ ਪੀੜ੍ਹੀ ਵਿੱਚ ਵੀ ਡੂੰਘਾਈ ਕਰ ਚੁੱਕੀ ਹੈ। ਹੁਣ ਜਦੋਂ ਉਸਦਾ ਵਿਆਹ ਹੋਵੇਗਾ ਤਾਂ ਮੈਂ ਵੀ ਉਸ ਲਈ ਕੋਈ ਨਾ ਕੋਈ ਤੋਹਫਾ ਲੈਕੇ ਜਾਵਾਂਗਾ। ਪਰ ਜੇਕਰ ਮੇਰੇ ਕੋਲ ਚੰਗੀ ਨੌਕਰੀ ਨਾਂ ਹੁੰਦੀ ਫਿਰ ਮੈਂ ਕੀ ਕਰਦਾ! ਜੇਕਰ ਮੇਰੇ ਕੋਲ ਤੋਹਫਾ ਖਰੀਦਣ ਲਈ ਪੈਸੇ ਹੀ ਨਾ ਹੋਣ, ਫਿਰ ਮੈਂ ਤਾਂ ਆਪਣੇ ਦੋਸਤ ਕੋਲ ਉਸਦੇ ਵਿਆਹ ਤੋਂ ਬਾਅਦ ਜਾਣਾ ਹੀ ਨਹੀਂ ਸੀ! ਬੱਸ ਇੰਝ ਹੀ ਹੋਈ ਜਾ ਰਿਹਾ ਹੈ ਆਪਣੇ ਸਮਾਜ ਵਿੱਚ। ਮੇਰੇ ਖੁਦ ਦੇ ਵਿਆਹ ਤੋਂ ਬਾਅਦ ਕਈ ਰਿਸ਼ਤੇਦਾਰ ਤਾਂ ਘਰ ਹੀ ਨਹੀਂ ਆਉਂਦੇ ਸ਼ਗਨ ਦੇਣ ਦੇ ਮਾਰੇ। ਇਹ ਕੀ ਹੋ ਰਿਹਾ ਹੈ, ਸ਼ਗਨ ਦੀ ਪ੍ਰਥਾ ਕਾਰਨ ਤਾਂ ਲੋਕਾਂ ਦਾ ਮਿਲਣਾ ਹੀ ਬੰਦ ਹੋ ਰਿਹਾ ਹੈ। ਇਸ ਕਾਰਨ ਤਾਂ ਲੋਕ ਇੱਕ ਦੂਜੇ ਦੇ ਘਰ ਹੀ ਜਾਣਾ ਬੰਦ ਕਰ ਰਹੇ ਹਨ। ਮੋਹ-ਪਿਆਰ ਘੱਟ ਰਿਹਾ ਹੈ। ਕੀ ਸ਼ਗਨ ਪ੍ਰੇਮ ਤੋਂ ਉੱਚਾ ਹੋ ਗਿਆ? ਜੇ ਕਿਸੇ ਸਮਾਰੋਹ ਵਿੱਚ ਕੋਈ ਸ਼ਗਨ ਨਾ ਦੇਵੇ, ਤਾਂ ਉਸਨੂੰ ਬਹੁਤ ਗਲਤ ਸਮਝਿਆ ਜਾਂਦਾ ਹੈ, ਖਾਸ ਕਰਕੇ ਪਿੰਡਾਂ ਵਿੱਚ। ਕਈ ਵਾਰ ਤਾਂ ਇੰਝ ਵੀ ਹੋ ਜਾਂਦਾ ਹੈ ਕਿ, ਉਸਨੂੰ ਦੋਬਾਰਾ ਸਮਾਰੋਹ ਤੇ ਬੁਲਾਇਆ ਵੀ ਨਹੀਂ ਜਾਂਦਾ। ਜੇਕਰ ਸ਼ਗਨ ਦਾ ਰਿਵਾਜ ਬੰਦ ਹੋ ਜਾਵੇ, ਤਾਂ ਲੋਕਾਂ ਦਾ ਆਪਸੀ ਮੋਹ ਪਿਆਰ ਬਹੁਤ ਵੱਧ ਜਾਵੇਗਾ। ਕੋਈ ਵੀ ਕਿਸੇ ਦੇ ਘਰ ਜਾਣ ਤੋਂ ਝਿਜਕੇਗਾ ਨਹੀਂ। ਆਪਸੀ ਮਿਲਣ ਵਰਤਣ ਜ਼ਰੂਰੀ ਹੈ ਯਾ ਸ਼ਗਨ? ਪਿਆਰ ਜ਼ਰੂਰੀ ਹੈ ਯਾ ਸ਼ਗਨ? ਇਸਦਾ ਫੈਸਲਾ ਹੁਣ ਮੈਂ ਤੁਹਾਡੇ 'ਤੇ ਛੱਡਦਾ ਹਾਂ..

ਅਮਨਪ੍ਰੀਤ ਸਿੰਘ

09465554088

"ਕਿਵੇਂ ਬਣਾਈ ਜਾ ਸਕਦੀ ਹੈ ਕਾਨੂੰਨ ਵਿਵਸਥਾ"

ਕਾਨੂੰਨ ਬਣਾਏ ਗਏ ਹਨ ਸਚਾਈ ਦੀ ਰੱਖਿਆ ਲਈ। ਕਾਨੂੰਨ ਦੀ ਰਖਵਾਲੀ ਲਈ ਬਣਾਏ ਗਏ ਹਨ ਕਾਨੂੰਨ ਦੇ ਰਖਵਾਲੇ, ਪੁਲਿਸ ਵਾਲੇ। ਇਹ ਅਕਸਰ ਦੇਖਿਆ ਗਿਆ ਹੈ ਕਿ ਪੁਲਿਸ ਹੋਣ ਦੇ ਬਾਵਜੂਦ, ਪ੍ਰਸ਼ਾਸਣ ਹੋਣ ਦੇ ਬਾਵਜੂਦ ਵੀ, ਕਾਨੂੰਨ ਟੁਟ ਰਹੇ ਹਨ। ਬੁਰੇ ਲੋਕ ਆਪਣੇ ਫਾਇਦੇ ਲਈ ਕਾਨੂੰਨਾਂ ਨੂੰ ਤੋੜ ਰਹੇ ਹਨ। ਹੁਣ ਤਾਂ ਹਰ ਕਿਸੇ ਦੀ ਜ਼ੁਬਾਨ ਤੇ ਇੱਕੋ ਹੀ ਗਲ ਆਈ ਪਈ ਹੈ "ਕਾਨੂੰਨ ਤਾਂ ਗਰੀਬਾਂ ਦੇ ਸ਼ੋਸ਼ਣ ਲਈ ਹੀ ਬਣਾਏ ਗਏ ਹਨ! ਅਮੀਰਾਂ ਵਾਸਤੇ ਤਾਂ ਕਾਨੂੰਨ ਨਾਮ ਦੀ ਕੋਈ ਚੀਜ਼ ਹੀ ਨਹੀਂ ਹੁੰਦੀ।" ਲੋਕ ਅਕਸਰ ਹੋ ਰਹੇ ਜ਼ੁਰਮ ਦਾ ਜ਼ਿਮੇਵਾਰ ਪੁਲਿਸ ਅਤੇ ਪ੍ਰਸ਼ਾਸਣ ਨੂੰ ਹੀ ਠਹਿਰਾਉਂਦੇ ਹਨ। ਪਰ ਕੀ ਪੁਲਿਸ ਅਤੇ ਪ੍ਰਸ਼ਾਸਣ ਨੂੰ ਪੂਰੀ ਤਰ੍ਹਾਂ ਜਿੰਮੇਵਾਰ ਠਹਿਰਾਉਣਾ ਸਹੀ ਹੈ? ਬਿਲਕੁਲ ਨਹੀਂ। ਚਲੋ ਆਪਾਂ ਛੋਟੀ ਜਿਹੀ ਉਦਾਹਰਨ ਲੈਂਦੇ ਹਾਂ, ਕੁੜੀਆਂ ਦੇ ਨਾਲ ਹੁੰਦੀ ਛੇੜ ਛਾੜ ਦੇ ਜ਼ੁਰਮ ਦੀ। ਕਾਨੂੰਨ ਮੁਤਾਬਿਕ ਕੁੜੀਆਂ ਦੇ ਨਾਲ ਛੇੜ-ਛਾੜ ਕਰਨਾ ਜ਼ੁਰਮ ਹੈ। ਹੈਰਾਨੀ ਵਾਲੀ ਗਲ ਤਾਂ ਇਹ ਹੈ ਕਿ ਇਸ ਕਾਨੂੰਨ ਦੇ ਹੁੰਦਿਆਂ ਵੀ, ਕੁੜੀਆਂ ਨਾਲ ਹੁੰਦੀ ਛੇੜ-ਛਾੜ ਦੇ ਮੁੱਦੇ ਵੱਧ ਰਹੇ ਹਨ। ਇੰਝ ਕਿਉਂ ਹੋ ਰਿਹਾ ਹੈ? ਕੁੜੀਆਂ ਨਾਲ ਹੁੰਦੀ ਛੇੜ-ਛਾੜ ਨੂੰ ਪੁਲਿਸ ਅਤੇ ਪ੍ਰਸ਼ਾਸਣ ਰੋਕ ਕਿਉਂ ਨਹੀਂ ਪਾ ਰਿਹਾ? ਇਸਦਾ ਜਵਾਬ ਸਾਫ ਅਤੇ ਸਪੱਸ਼ਟ ਹੈ ਕਿ ਪੁਲਿਸ ਅਤੇ ਪ੍ਰਸ਼ਾਸਣ ਇਕੱਲੇ ਇਸ ਜ਼ੁਰਮ ਨੂੰ ਰੋਕ ਹੀ ਨਹੀਂ ਸਕਦੇ। ਪੁਲਿਸ ਵਾਲੇ ਤਾਂ ਬਹੁਤ ਘੱਟ ਹੁੰਦੇ ਹਨ, ਪਰ ਲੋਕ ਬਹੁਤ ਜ਼ਿਆਦਾ ਹੁੰਦੇ ਹਨ। ਸਾਨੂੰ ਇਹ ਸਮਝਣਾ ਚਾਹੀਦਾ ਹੈ ਕਿ ਪੁਲਿਸ ਵਾਲੇ ਵੀ ਇਨਸਾਨ ਹੀ ਹੁੰਦੇ ਹਨ, ਰਬ ਨਹੀਂ ਹੁੰਦੇ। ਜਿੰਨੀ ਦੇਰ ਨੂੰ ਪੁਲਿਸ ਕਿਸੇ ਦੀ ਮੱਦਦ ਲਈ ਪਹੁੰਚਦੀ ਹੈ, ਉਨ੍ਹੀ ਦੇਰ ਤੱਕ ਜ਼ੁਰਮ ਹੋ ਚੁੱਕਾ ਹੁੰਦਾ ਹੈ। ਹੁਣ ਸਵਾਲ ਇਹ ਉਠਦਾ ਹੈ ਕਿ ਜੇ ਪੁਲਿਸ ਵੀ ਸਾਡੀ ਮੱਦਦ ਨਹੀਂ ਕਰ ਸਕਦੀ, ਤਾਂ ਕਾਨੂੰਨ ਵਿਵਸਥਾ ਕਿਵੇਂ ਬਣਾਈ ਜਾ ਸਕਦੀ ਹੈ? ਇਸਦਾ ਜਵਾਬ ਹੈ "ਰਲ ਮਿਲ ਕੇ।" ਜੇ ਅਸੀਂ ਆਪਣੇ ਦੇਸ਼ ਵਿੱਚ ਕਾਨੂੰਨ ਵਿਵਸਥਾ ਬਨਾਉਣਾ ਚਾਹੁੰਦੇ ਹਾਂ ਤਾਂ ਸਾਨੂੰ ਸਾਰਿਆਂ ਨੂੰ ਹੀ ਰਲ ਮਿਲ ਕੇ ਚਲਣਾ ਪਵੇਗਾ, ਭਾਂਵੇ ਕੋਈ ਪੁਲਿਸ ਵਾਲਾ ਹੈ, ਭਾਂਵੇ ਕੋਈ ਆਮ ਇਨਸਾਨ। ਆਮ ਇਨਸਾਨ ਨੂੰ ਪਲਿਸ ਅਤੇ ਪ੍ਰਸ਼ਾਸਣ ਨਾਲ ਰਲ ਮਿਲ ਕੇ ਚਲਨਾ ਪਵੇਗਾ। ਰਲ ਮਿਲ ਕੇ ਚਲਣ ਦਾ ਇਹ ਅਰਥ ਨਹੀਂ ਹੈ ਕਿ ਸਾਨੂੰ ਵੀ ਪੁਲਿਸ ਦੇ ਨਾਲ ਚੋਰਾਂ ਪਿੱਛੇ ਭੱਜਣਾ ਪਵੇਗਾ। ਇਸਦਾ ਅਰਥ ਸਿਰਫ ਇਹੋ ਹੀ ਹੈ ਕਿ ਆਮ ਆਦਮੀ, ਪੁਲਿਸ ਅਤੇ ਪ੍ਰਸ਼ਾਸਣ ਵਿੱਚ ਪੂਰਾ ਵਿਚਾਰ ਵਿਟਾਂਦਰਾ ਹੋਵੇ ਅਤੇ ਇੱਕ ਦੂਜੇ ਦੇ ਵਿਚਾਰਾਂ ਦੀ ਕਦਰ ਕੀਤੀ ਜਾਵੇ। ਚਲੋ ਆਪਾਂ ਹੁਣ ਕੁੜੀਆਂ ਦੇ ਨਾਲ ਹੁੰਦੀ ਛੇੜ ਛਾੜ ਦੀ ਹੀ ਗਲ ਕਰਦੇ ਹਾਂ। ਮੈਂ ਕਈ ਪੁਲਿਸ ਵਾਲਿਆਂ ਦੇ ਮੂਹੋਂ ਸੁਣਿਆ ਹੈ ਕਿ ਜੇ ਕੁੜੀਆਂ ਪੂਰੇ ਕਪੜੇ ਪਾਣੇ ਸ਼ੁਰੂ ਕਰ ਦੇਣ ਤਾਂ ਬਲਾਤਕਾਰ ਦੇ ਜ਼ੁਰਮ 95% ਘੱਟ ਜਾਣਗੇ। ਪਰ ਜਦ ਵੀ ਪੁਲਿਸ ਵਾਲਿਆਂ ਨੇ ਇਹ ਸਮਝਾਉਣ ਦੀ ਕੋਸ਼ਿਸ਼ ਕੀਤੀ ਹੈ ਤਾਂ ਉਹਨਾਂ ਨੂੰ ਸ਼ਰਮਿੰਦਾ ਹੀ ਹੋਣਾ ਪਿਆ ਹੈ। ਉਹਨਾਂ ਨੂੰ ਕੁੱਝ ਅਜਿਹੇ ਜਵਾਬ ਮਿਲਦੇ ਹਨ "ਕੀ ਕੁੜੀਆਂ ਨੂੰ ਆਜ਼ਾਦੀ ਨਹੀਂ ਹੈ ਕਿ ਉਹ ਆਪਣੇ ਮਨਪਸੰਦ ਦੇ ਕਪੜੇ ਪਹਿਨ ਸਕਣ? ਕੀ ਮੁੰਡਿਆਂ ਨੂੰ ਜ਼ੁਰਮ ਕਰਨ ਤੋਂ ਪੁਲਿਸ ਵਾਲੇ ਰੋਕ ਨਹੀਂ ਸਕਦੇ? ਕੀ ਮੁੰਡਿਆਂ ਦੀ ਸੋਚ ਨੂੰ ਬਦਲਿਆ ਨਹੀਂ ਜਾ ਸਕਦਾ? ਕੀ ਕੁੜੀਆਂ ਦੀ ਆਜ਼ਾਦੀ ਦਾ ਅਧਿਕਾਰ ਮੁੰਡਿਆਂ ਨਾਲੋ ਘੱਟ ਹੈ?" ਹਾਂ ਇਹ ਗਲ ਬਿਲਕੁਲ ਠੀਕ ਹੈ ਕਿ ਕੁੜੀਆਂ ਨੂੰ ਵੀ ਮੁੰਡਿਆਂ ਤਰ੍ਹਾਂ ਪੂਰੀ ਆਜ਼ਾਦੀ ਮਿਲਣੀ

ਚਾਹੀਦੀ ਹੈ। ਇਹ ਵੀ ਗਲ ਸਹੀ ਹੈ ਕਿ ਮੁੰਡਿਆਂ ਦੀ ਸੋਚ ਬਦਲਣ ਦੀ ਲੋੜ ਹੈ, ਨਾਂ ਕਿ ਕੁੜੀਆਂ ਦੀ ਆਜ਼ਾਦੀ ਖੋਹਣ ਦੀ। ਪਰ ਕਈ ਵਾਰ ਸਾਨੂੰ ਸਮੇਂ ਦੀ ਲੋੜ ਅਨੁਸਾਰ ਚਲਣਾ ਪੈਂਦਾ ਹੈ। ਇਸ ਗਲ ਨੂੰ ਗਹਿਰਾਈ ਨਾਲ ਸਮਝਣ ਵਾਸਤੇ, ਚਲੋ ਹੁਣ ਆਪਾਂ ਛੋਟੀ ਜਿਹੀ ਉਦਾਹਰਣ ਲੈਂਦੇ ਹਾਂ। ਇੱਕ ਡਾਕਟਰ ਸ਼ੂਗਰ ਦੇ ਮਰੀਜ਼ ਨੂੰ ਖੰਡ ਖਾਣ ਤੋਂ ਰੋਕਦਾ ਹੈ। ਡਾਕਟਰ ਇਸ ਬਿਮਾਰੀ ਨੂੰ ਚੰਗੀ ਤਰ੍ਹਾਂ ਪਛਾਣਦਾ ਹੈ। ਡਾਕਟਰ ਨੂੰ ਪਤਾ ਹੈ ਕਿ ਜੇ ਮਰੀਜ਼ ਜ਼ਿਆਦਾ ਖੰਡ ਖਾਏਗਾ ਤਾਂ ਉਸਦੀ ਮੌਤ ਹੋ ਜਾਵੇਗੀ। ਪਰ ਜੇ ਮਰੀਜ਼ ਕਹੇ "ਡਾਕਟਰ ਜੀ, ਕਾਨੂੰਨ ਨੇ ਮੈਨੂੰ ਅਧੀਕਾਰ ਦਿੱਤਾ ਹੈ ਕਿ ਮੈਂ ਕੁੱਝ ਵੀ ਖਾ ਸਕਦਾ ਹਾਂ। ਕਾਨੂੰਨ ਮੁਤਾਬਿਕ ਮੈਨੂੰ ਪੂਰੀ ਆਜ਼ਾਦੀ ਹੈ, ਕੁਝ ਵੀ ਖਾਣ ਦੀ। ਤੁਸੀਂ ਕੌਣ ਹੁੰਦੇ ਹੋਂ ਮੈਨੂੰ ਖੰਡ ਖਾਣ ਤੋਂ ਰੋਕਣ ਵਾਲੇ। ਤੁਸੀਂ ਡਾਕਟਰ ਹੀ ਕਾਹਦੇ ਜੇ ਮੇਰੀ ਬਿਮਾਰੀ ਦਾ ਇਲਾਜ ਹੀ ਨਹੀਂ ਕਰ ਸਕਦੇ! ਤੁਸੀਂ ਤਾਂ ਮੇਰੀ ਆਜ਼ਾਦੀ ਖੋਹ ਰਹੇ ਹੋਂ !" ਕਿਸ ਤਰ੍ਹਾਂ ਲਗਾ ਤੁਹਾਨੂੰ ਇਹ ਜਵਾਬ ਸੁਣਕੇ? ਬਿਲਕੁਲ ਬਚਕਾਨਾ। ਠੀਕ ਇਸੇ ਤਰ੍ਹਾਂ ਹੀ ਕੁੜੀਆਂ ਦੇ ਨਾਲ ਹੁੰਦੀ ਛੇੜ-ਛਾੜ ਦੇ ਮੁੱਦੇ ਵਿੱਚ ਹੋ ਰਿਹਾ ਹੈ। ਪੁਲਿਸ ਜੋ ਕਿ ਇਸ ਜ਼ੁਰਮ ਦਾ ਨਾਲ ਪੂਰੀ ਤਰ੍ਹਾਂ ਵਾਕਫ ਹੈ, ਜਿਵੇਂ ਡਾਕਟਰ ਸ਼ੂਗਰ ਦੀ ਬਿਮਾਰੀ ਨਾਲ। ਪੁਲਿਸ ਆਪਣੇ ਅਨੁਭਵ ਅਨੁਸਾਰ ਕੁੜੀਆਂ ਨੂੰ ਇੱਕ ਪਰਹੇਜ ਕਰਨ ਲਈ ਕਹਿੰਦੀ ਹੈ ਕਿ ਉਹ ਪੂਰੇ ਕਪੜੇ ਪਾਉਣ ਤਾਂ ਜੋ ਕੋਈ ਨੌਜਵਾਨ ਆਕਰਸ਼ਿਤ ਹੀ ਨਾਂ ਹੋਵੇ, ਜਿਵੇਂ ਕਿ ਡਾਕਟਰ ਸ਼ੂਗਰ ਦੇ ਮਰੀਜ਼ ਨੂੰ ਪਰਹੇਜ ਦੱਸਦਾ ਹੈ ਕਿ ਉਹ ਖੰਡ ਨਾ ਖਾਵੇ। ਪਰ ਜੇ ਆਪਾਂ ਪਰਹੇਜ ਨਾਂ ਕਰਾਂਗੇ, ਤਾਂ ਇਸਦਾ ਬੁਰਾ ਨਤੀਜਾ ਤਾਂ ਸਾਨੂੰ ਭੁਗਤਣਾ ਹੀ ਪਵੇਗਾ। ਬਲਾਤਕਾਰ ਦਾ ਜ਼ੁਰਮ ਵੀ ਇੱਕ ਬਿਮਾਰੀ ਤਾਂ ਹੀ ਹੈ। ਬਲਾਤਕਾਰੀ ਮਾਨਸਿਕ ਤੌਰ ਤੇ ਬਿਮਾਰ ਹੀ ਤਾਂ ਹੁੰਦਾ ਹੈ। ਜਿੰਨ੍ਹੀ ਦੇਰ ਇਹ ਬਿਮਾਰੀ ਖਤਮ ਨਹੀਂ ਹੁੰਦੀ, ਕੀ ਉਨ੍ਹੀ ਦੇਰ ਆਪਾਂ ਪਰਹੇਜ ਨਹੀਂ ਕਰ ਸਕਦੇ? ਇਹ ਤਾਂ ਆਪਾਂ ਸੱਭ ਹੀ ਜਾਣਦੇ ਹਾਂ ਕਿ ਸਾਡੀ ਅਸਲੀ ਸ਼ਖਸੀਅਤ ਸਾਡੇ ਕੱਪੜੇ ਨਹੀਂ, ਸਾਡੀ ਸੋਚ ਬਣਾਉਂਦੀ ਹੈ। ਪਰਹੇਜ ਰੱਖਣਾ ਚਾਹੀਦਾ ਹੈ ਯਾ ਨਹੀਂ...ਇਸਦਾ ਉੱਤਰ ਹੁਣ ਮੈਂ ਤੁਹਾਡੇ ਤੇ ਛੱਡਦਾ ਹਾਂ। ਦੇਸ਼ ਵਿੱਚ ਕਾਨੂੰਨ ਵਿਵਸਥਾ ਬਨਾਉਣ ਲਈ ਸਾਨੂੰ ਪੁਲਿਸ ਅਤੇ ਪ੍ਰਸ਼ਾਸਣ ਦੇ ਨਾਲ ਮੌਢੇ ਨਾਲ ਮੌਢਾ ਮਿਲਾ ਕੇ ਚਲਣਾ ਹੀ ਪਵੇਗਾ।

ਸਾਹਿਤਕਾਰ ਅਮਨਪ੍ਰੀਤ ਸਿੰਘ

ਵਟਸ ਅਪ: 09465554088

"ਕੌਣ ਸਮਝ ਸਕਦਾ ਹੈ ਜ਼ਿੰਦਗੀ ਦੀ ਕੀਮਤ"

ਇਨਸਾਨੀ ਜ਼ਿੰਦਗੀ ਰੁੱਝੀ ਹੋਈ ਹੈ, ਆਪਣੇ ਹੀ ਰੁੰਝੇਵੇਂ ਜਾਲ ਵਿੱਚ। ਹਰ ਕੋਈ ਆਪਣੀਆਂ ਆਪਣੀਆਂ ਸਮੱਸਿਆਵਾਂ ਵਿੱਚ ਹੀ ਗੁਆਚਿਆ ਪਇਆ ਹੈ। ਪੈਸੇ ਕਮਾਉਣ ਦੀ ਸਮੱਸਿਆ, ਰਿਸ਼ਤਿਆਂ ਨੂੰ ਠੀਕ ਕਰਨ ਦੀ, ਆਦਿ ਹੋਰ ਵੀ ਅਨੇਕ ਛੋਟੀਆਂ ਛੋਟੀਆਂ ਸਮੱਸਿਆਵਾਂ ਨੂੰ ਸੁਲਝਾਉਂਦੇ ਸੁਲਝਾਉਂਦੇ ਹੀ ਇਨਸਾਨ ਦੀ ਜ਼ਿੰਦਗੀ ਵਿਅਰਥ ਹੋ ਜਾਂਦੀ ਹੈ। ਉਹ ਆਪਣੀ ਜ਼ਿੰਦਗੀ ਦੀ ਅਹਿਮੀਅਤ ਨਾਲ ਕਦੇ ਵਾਕਫ ਹੀ ਨਹੀਂ ਹੋ ਪਾਂਦਾ। ਕੌਣ ਸਮਝ ਸਕਦਾ ਹੈ ਜ਼ਿੰਦਗੀ ਦੀ ਕੀਮਤ? ਸਿਰਫ ਉਹ ਜਿਸਨੇ ਮੌਤ ਨੂੰ ਬਹੁਤ ਨੇੜਿਉਂ ਦੇਖਿਆ ਹੋਵੇ। ਇੱਕ ਬਾਰਡਰ 'ਤੇ ਜੰਗ ਲੜਦੇ ਕਿਸੇ ਫੌਜੀ ਨੂੰ ਪੁੱਛੋ ਕਿ ਕੀ ਮੁੱਲ ਹੈ ਜ਼ਿੰਦਗੀ ਦਾ? ਹਸਪਤਾਲ ਵਿੱਚ ਆਖਰੀ ਸਾਹ ਲੈਂਦੇ ਇੱਕ ਇਨਸਾਨ ਤੋਂ ਪੁੱਛੋ- "ਜੇ ਕੁਝ ਪਲ ਦੀ ਜ਼ਿੰਦਗੀ ਤੈਨੂੰ ਪੈਸਿਆਂ ਨਾਲ ਮਿਲਦੀ ਹੋਵੇ, ਤਾਂ ਤੂੰ ਕਿੰਨੇ ਪੈਸੇ ਦੇਣ ਲਈ ਤਿਆਰ ਹੋ ਜਾਵੇਂਗਾ?" ਤੁਸੀਂ ਕਿਸੇ ਮੌਤ ਦੀ ਸਜ਼ਾ ਦਿੱਤੇ ਹੋਏ ਮੁਜਰਿਮ ਨੂੰ ਉਸਦੀ ਮੌਤ ਤੋਂ ਕੁੱਝ ਪਲ ਪਹਿਲਾਂ ਪੁੱਛੋ "ਤੂੰ ਜੋ ਕੁੱਝ ਵੀ ਆਪਣੀ ਜ਼ਿੰਦਗੀ ਵਿੱਚ ਕੀਤਾ, ਜਿੰਨ੍ਹੇ ਵੀ ਆਪਣੀ ਜ਼ਿੰਦਗੀ ਵਿੱਚ ਮਕਸਦ ਬਣਾਏ, ਕੀ ਤੈਨੂੰ ਹੁਣ ਵੀ ਲਗਦਾ ਹੈ ਕਿ ਉਹ ਸਾਰੇ ਸਹੀ ਸਨ? " ਤੁਹਾਨੂੰ ਇੰਨ੍ਹ ਸਭ ਪ੍ਰਸ਼ਨਾਂ ਦਾ ਉੱਤਰ ਕੁੱਝ ਅਜਿਹਾ ਮਿਲੇਗਾ ਕਿ ਤੁਹਾਡੀ ਪੂਰੀ ਅੰਤਰ ਆਤਮਾ ਝੰਜੋੜੀ ਜਾਏਗੀ। ਅੱਜ ਜ਼ਿੰਦਗੀ ਹੈ, ਇਸਦੀ ਅਹਿਮੀਅਤ ਨੂੰ ਪਛਾਣ ਲਵੋ। ਰੱਖ ਲਵੋ ਕੁੱਝ ਅਜਿਹਾ ਮਕਸਦ ਜੋ ਆਪਣੀ ਮੌਤ ਨੂੰ ਵੀ ਸਕੂਨ ਦੇਵੇ। ਮੌਤ ਨਾਲ ਹੋ ਜਾਓ ਵਾਕਫ ਤਾਂ ਜੋ ਤੁਹਾਨੂੰ ਜ਼ਿੰਦਗੀ ਦਾ ਪਤਾ ਚਲ ਸਕੇ।

ਸਾਹਿਤਕਾਰ- ਅਮਨਪ੍ਰੀਤ ਸਿੰਘ

ਵਟਸ ਅਪ- 09465554088

"ਲੋਕਾਂ ਨੂੰ ਕਿਹੋ ਜਿਹੇ ਵਿਚਾਰ ਵਧੀਆ ਲਗਦੇ ਹਨ"

ਮੇਰੇ ਦਿਲ ਵਿੱਚ ਸ਼ੁਰੂ ਤੋਂ ਹੀ ਤਾਂਘ ਰਹੀ ਹੈ ਇੱਕ ਗਲ ਜਾਨਣ ਦੀ ਕਿ ਲੋਕਾਂ ਨੂੰ ਕਿਹੜੇ ਵਿਚਾਰ, ਕਿਹੜੀਆਂ ਗਲਾਂ ਸੱਭ ਤੋਂ ਵਧੀਆ ਲਗਦੀਆਂ ਹਨ। ਮੈਂ ਹਰ ਤਰ੍ਹਾਂ ਦੇ ਲੋਕਾਂ ਨਾਲ ਹਰ ਤਰ੍ਹਾਂ ਦੀਆਂ ਗਲਾਂ ਕਰਦਾ ਹਾਂ ਤਾਂ ਜੋ ਮੈਂ ਆਪਣੇ ਦਿਲ ਦੀ ਤਾਂਘ ਮਿਟਾ ਸਕਾਂ। ਮੈਂ ਘਰ ਬੈਠਕੇ ਨਵੀਆਂ ਨਵੀਆਂ ਗਲਾਂ ਘੜਦਾ, ਨਵੀਂ ਵਿਚਾਰਧਾਰਾ ਬਣਾਉਂਦਾ ਅਤੇ ਲੋਕਾਂ ਨੂੰ ਦੱਸਦਾ। ਪਰ ਲੋਕਾਂ ਨੇ ਮੇਰੇ ਤੋਂ ਪ੍ਰਭਾਵਿਤ ਤਾਂ ਕੀ ਹੋਣਾ ਸੀ, ਉਹ ਮੇਰੇ ਤੋਂ ਨਫਰਤ ਕਰਨ ਲਗ ਗਏ। ਇੱਥੋਂ ਤੱਕ ਕਿ ਇੱਕ ਅਧਿਆਪਕ ਨੇ, ਜੋ ਮੇਰਾ ਕਦੇ ਅਧਿਆਪਕ ਹੁੰਦਾ ਸੀ, ਉਸਨੇ ਮੇਰੀ ਸ਼ਿਕਾਇਤ ਪ੍ਰਿੰਸੀਪਲ ਨੂੰ ਕਰ ਦਿੱਤੀ। ਫਿਰ ਮੈਂ ਉਹਨਾਂ ਬੰਦਿਆਂ ਦੀ ਜ਼ਿੰਦਗੀ ਦਾ ਨਿਰੀਖਣ ਕੀਤਾ, ਜੋ ਲੋਕਾਂ ਦੀਆਂ ਅੱਖਾਂ ਦੇ ਤਾਰੇ ਸਨ। ਨਤੀਜੇ ਮਿਲਣ ਤੇ ਮੈਂ ਹੈਰਾਨ ਹੀ ਰਹਿ ਗਿਆ। ਜੋ ਇਨਸਾਨ ਲੋਕਾਂ ਨੂੰ ਚੰਗੇ ਲਗਦੇ ਹਨ, ਉਹ ਇਨਸਾਨ ਉਹੀ ਗਲਾਂ ਅਤੇ ਉਹੋ ਹੀ ਵਿਚਾਰ ਲੋਕਾਂ ਸਾਹਮਣੇ ਪੇਸ਼ ਕਰਦੇ ਹਨ, ਜੋ ਲੋਕਾਂ ਨੂੰ ਸ਼ੁਰੂ ਤੋਂ ਹੀ ਪਤਾ ਹੁੰਦੇ ਹਨ ਅਤੇ ਪਸੰਦ ਹੁੰਦੇ ਹਨ। ਲੋਕ ਉਹਨਾਂ ਆਦਮੀਆਂ ਨੂੰ ਹੀ ਪਸੰਦ ਕਰਦੇ ਹਨ ਜਿੰਨ੍ਹਾਂ ਵਿੱਚ ਉਹ ਆਪਣੀ ਜਿਹੀ ਹੀ ਮਾਨਸਿਕਤਾ ਪਾਉਂਦੇ ਹਨ। ਨਵੇਕਲੇ ਵਿਚਾਰਾਂ ਵਾਲੇ ਨੂੰ ਤਾਂ ਪ੍ਰਤੀਰੋਧ ਦਾ ਹੀ ਸਾਹਮਣਾ ਕਰਨਾ ਪੈਂਦਾ ਹੈ। ਜਦ ਵੀ ਕੋਈ ਮਹਾਨ ਇਨਸਾਨ ਬਣਿਆ ਹੈ, ਉਹ ਆਪਣੇ ਨਵੇਕਲੇ ਵਿਚਾਰਾਂ ਦੇ ਮੁੱਢ ਤੋਂ ਹੀ ਬਣਿਆ ਹੈ, ਅਤੇ ਉਸਨੇ ਹਮੇਸ਼ਾਂ ਹੀ ਤੱਕੜੀ ਭਾਰੀ ਆਲੋਚਨਾਵਾਂ ਦਾ ਸਾਹਮਣਾ ਕੀਤਾ ਹੁੰਦਾ ਹੈ। ਉਦਾਹਰਣ ਦੇ ਤੌਰ ਤੇ ਜੇ ਆਪਾਂ ਕਿਸੇ ਸਰਦਾਰ ਆਦਮੀ ਨੂੰ ਨਮਸਤੇ ਬੁਲਾਈਏ, ਤਾਂ ਉਸੇ ਪਲ ਹੀ ਸਰਦਾਰ ਆਦਮੀ ਆਪਣੇ ਤੋਂ ਦੂਰੀ ਜਿਹੀ ਬਣਾ ਲਵੇਗਾ, ਕਿਉਂਕਿ ਉਸਦੇ ਦਿਮਾਗ ਵਿੱਚ ਸਤਿ ਸ਼੍ਰੀ ਅਕਾਲ ਕਹਿਣਾ ਵਧੀਆ ਹੁੰਦਾ ਹੈ। ਠੀਕ ਇਸੇ ਤਰ੍ਹਾਂ ਹੀ ਹੁੰਦਾ ਹੈ, ਜਦ ਆਪਾਂ ਕਿਸੇ ਹਿੰਦੂ ਨੂੰ ਸਤਿ ਸ਼੍ਰੀ ਅਕਾਲ ਕਹਿ ਕੇ ਬੁਲਾਈਏ। ਜੇ ਆਪਾਂ ਨਵੀਂ ਵਿਚਾਰਧਾਰਾ ਪੇਸ਼ ਕਰਨ ਦੀ ਕੋਸ਼ਿਸ਼ ਕਰੀਏ ਜਿਵੇਂ ਆਪਾਂ ਕਹੀਏ "ਇੰਨ੍ਹਾਂ ਸ਼ਬਦਾਂ ਵਿੱਚ ਕੀ ਰੱਖਿਆ ਹੈ, ਜਿਵੇਂ ਮਰਜ਼ੀ ਬੁਲਾ ਲਵੋ", ਫਿਰ ਆਪਾਂ ਨੂੰ ਕੋਈ ਵੀ ਪਸੰਦ ਨਹੀਂ ਕਰੇਗਾ ਕਿਉਂਕਿ ਇਹ ਨਵੀਂ ਵਿਚਾਰਧਾਰਾ ਉਹਨਾਂ ਦੇ ਦਿਮਾਗ ਵਿੱਚ ਹੈ ਹੀ ਨਹੀਂ। ਇਸ ਨੂੰ ਪ੍ਰਤਿਰੋਧ ਦਾ ਹੀ ਸਾਹਮਣਾ ਕਰਨਾ ਪਵੇਗਾ। ਇਹ ਤਾਂ ਸਿਰਫ ਇੱਕ ਉਦਾਹਰਣ ਹੈ। ਹਕੀਕਤ ਵਿੱਚ ਤਾਂ ਆਪਣੀ ਹਰ ਇੱਕ ਹਰਕਤ ਦਾ ਅਨੁਮਾਨ ਇਸੇ ਤਰ੍ਹਾਂ ਹੀ ਲਗਾਇਆ ਜਾਂਦਾ ਹੈ। ਪਰ ਸਹੀ ਸੋਚ ਇਹ ਹੈ ਕਿ ਸਾਨੂੰ ਹਰ ਇੱਕ ਨਵੀਂ ਵਿਚਾਰਧਾਰਾ ਨੂੰ ਚੱਜ ਨਾਲ ਸੁਣ ਲੈਣਾ ਚਾਹੀਦਾ ਹੈ, ਉਸਨੂੰ ਘੋਖਣਾ ਚਾਹੀਦਾ ਹੈ, ਚੰਗੀ ਲੱਗੇ ਤਾਂ ਅਪਨਾ ਲੈਣਾ ਚਾਹੀਦਾ ਹੈ, ਨਹੀਂ ਤਾਂ ਕੂੜੇਦਾਨ ਵਿੱਚ ਉਸਦੀ ਜਗ੍ਹਾ ਬਣਾ ਲੈਣੀ ਚਾਹੀਦੀ ਹੈ।

ਸਾਹਿਤਕਾਰ- ਅਮਨਪ੍ਰੀਤ ਸਿੰਘ

ਵਟਸ ਅਪ: 09465554088

ਇਨਸਾਨ ਰੁੱਖੇ ਸੁਭਾਅ ਦਾ ਕਿਉਂ ਬਣ ਜਾਂਦਾ ਹੈ

ਜ਼ਿਆਦਾ ਤਰ ਲੋਕ ਮੇਰੇ ਇੱਕ ਸਾਥੀ ਅਧਿਆਪਕ ਨੂੰ ਰੁੱਖੇ ਸੁਭਾਅ ਦਾ ਕਹਿੰਦੇ ਹਨ। ਸ਼ਾਇਦ ਉਹ ਲੋਕਾਂ ਨਾਲ ਬਹੁਤ ਹੀ ਘੱਟ ਬੋਲਦਾ ਹੈ। ਇੱਕ ਵਾਰ ਉਸ ਦੇ ਸਕੂਲ ਦੀ ਨਾਲ ਵਾਲੀ ਦੁਕਾਨ ਦੇ ਮਾਲਕ ਨੇ ਉਸਦੇ ਸਾਥੀ ਅਧਿਆਪਕ ਨੂੰ ਕਿਹਾ "ਤੁਹਾਡੇ ਨਾਲ ਵਾਲੇ ਅਧਿਆਪਕ ਦਾ ਸੁਭਾਅ ਰੁੱਖਾ ਹੈ।" ਇਹ ਜਾਣਦਿਆਂ ਹੀ ਮੈਂ ਨਿਸ਼ਚਾ ਕੀਤਾ ਕਿ ਹੁਣ ਮੈਂ ਖੁਦ ਪੜਤਾਲ ਕਰਾਂਗਾ ਕਿ ਉਹ ਅਜਿਹਾ ਕਿਉਂ ਹੈ ਅਤੇ ਜਿਹੜੇ ਅਧਿਆਪਕ ਨੂੰ ਬਹੁਤ ਚੰਗਾ ਮੰਨਿਆ ਜਾਂਦਾ ਹੈ, ਉਹ ਕੀ-ਕੀ ਕਰਦਾ ਹੈ, ਜੋ ਉਹ ਨਹੀਂ ਕਰਦਾ। ਮੈਂ ਉਸਦੀ ਜ਼ਿੰਦਗੀ ਅਤੇ ਇੱਕ ਨਾਮਦਾਰ ਅਧਿਆਪਕ ਦੀ ਜ਼ਿੰਦਗੀ ਦਾ ਨਿਰੀਖਣ ਕੀਤਾ। ਪਤਾ ਲੱਗਾ ਕਿ ਜੋ ਨਾਮਦਾਰ ਅਧਿਆਪਕ ਹੈ, ਉਹ ਸਾਰੇ ਸਕੂਲ ਦਾ ਖਾਣ-ਪੀਣ ਦਾ ਸਮਾਨ ਨਾਲ ਲੱਗਦੀ ਦੁਕਾਨ ਤੋਂ ਲੈਂਦਾ ਹੈ, ਜਿਸ ਕਾਰਨ ਦੁਕਾਨਦਾਰ ਨੂੰ ਕਾਫੀ ਮੁਨਾਫਾ ਹੋ ਜਾਂਦਾ ਹੈ ਅਤੇ ਉਹ ਆਪਣੇ ਸਕੂਲ ਦਾ ਅਤੇ ਆਪਣੇ ਖਾਣ ਪੀਣ ਦਾ ਸਮਾਨ ਸ਼ਹਿਰ ਤੋਂ ਖਰੀਦ ਕੇ ਲਿਆਉਂਦਾ ਹੈ, ਸਕੂਲ ਦੇ ਨਾਲ ਲਗਦੀ ਦੁਕਾਨ ਤੋਂ ਨਹੀਂ ਖਰੀਦ ਦਾ ਸੀ। ਇਸ ਤੋਂ ਇਲਾਵਾ , ਹੋਰ ਕੋਈ ਫਰਕ ਹੀ ਨਹੀਂ ਸੀ। ਉਸਦੇ ਜੀਵਨ ਨਾਲ ਲੋਕਾਂ ਦਾ ਮਾਇਕ ਫਾਇਦਾ ਨਹੀਂ ਜੁੜਿਆ ਹੋਇਆ, ਇਸੇ ਕਾਰਨ ਉਹ ਰੁੱਖੇ ਸੁਭਾਅ ਦਾ ਬਣ ਗਿਆ।ਵਿਆਹ-ਸ਼ਾਦੀਆਂ, ਪਾਰਟੀਆਂ ਆਦਿ ਫੰਕਸ਼ਨਾਂ ਤੇ ਉਹ ਬਹੁਤ ਹੀ ਘੱਟ ਜਾਂਦਾ ਹੈ, ਜਿਸ ਕਾਰਨ ਰਿਸ਼ਤੇਦਾਰਾਂ ਨੂੰ ਸ਼ਗਨ ਵੀ ਘੱਟ ਮਿਲਦੇ ਹਨ, ਇਸੇ ਹੀ ਕਾਰਨ ਉਹ ਲੋਕਾਂ ਵਾਸਤੇ ਰੁੱਖੇ ਸੁਭਾਅ ਦਾ ਬਣ ਗਿਆ ਹੈ। ਸਕੂਲ ਵਿੱਚ ਲਗਨ ਨਾਲ ਕੰਮ ਕਰਨਾ ਕਾਫੀ ਨਹੀਂ, ਹਰ ਕਿਸੇ ਨੂੰ "ਜੀ" ਕਹਿਣਾ ਕਾਫੀ ਨਹੀਂ ਹੈ ਇਸ ਦੁਨੀਆ ਵਿੱਚ ਚੰਗੇ ਸੁਭਾਅ ਦਾ ਬਨਣ ਲਈ।ਸ਼ਾਇਦ ਇਹੋ ਹੀ ਕਾਰਨ ਹੈ ਕਿ ਅੱਜ ਤੱਕ ਜੋ ਵੀ ਉਸਦੇ ਮਿੱਤਰ ਬਣੇ ਹਨ, ਉਹ ਦਿਲੋਂ ਉਸਨੂੰ ਚਾਹੁੰਦੇ ਹਨ, ਸ਼ਾਇਦ ਰੱਬ ਨੇ ਉਸਨੂੰ ਅਜਿਹਾ ਉਸਦੇ ਭਲੇ ਲਈ ਹੀ ਬਣਾਇਆ ਹੈ।

ਅਮਨਪ੍ਰੀਤ ਸਿੰਘ

09465554088

ਮਸ਼ਹੂਰ , ਮਹਾਨ ਹੋਣਾ- ਇੱਕ ਵਹਿਮ

ਮਹਾਨ ਅਤੇ ਬਦਨਾਮ ਹੋਣ ਵਿੱਚ ਇੱਕ ਬਹੁਤ ਹੀ ਪਤਲੀ ਕਾਗਜ਼ ਦੀ ਦੀਵਾਰ ਦਾ ਫੈਸਲਾ ਹੁੰਦਾ ਹੈ। ਇਨਸਾਨ ਕਦ ਮਹਾਨ ਹੋ ਜਾਏ ਅਤੇ ਕਦ ਬਦਨਾਮ, ਕੁੱਝ ਪਤਾ ਨਹੀਂ ਚਲਦਾ। ਇੱਕ ਮੇਰਾ ਮਿੱਤਰ ਕਾਰੋਬਾਰ ਦੀ ਤਲਾਸ਼ ਵਿੱਚ ਸੀ। ਮੈਂ ਉਸ ਨਾਲ ਹਰ ਜਗ੍ਹਾ ਭੱਜਿਆ ਫਿਰਿਆ ਕਿ ਉਸਦਾ ਕੋਈ ਕਾਰੋਬਾਰ ਸ਼ੁਰੂ ਹੋ ਸਕੇ। ਜ਼ਰੂਰਤ ਪੈਣ ਤੇ ਮੈਂ ਉਸਨੂੰ ਇੱਕ ਲੱਖ ਰੁਪਏ ਵੀ ਦੇ ਦਿੱਤੇ, ਬਿੰਨ੍ਹਾਂ ਪੈਸੇ ਵਾਪਿਸ ਲੈਣ ਦੀ ਆਸ ਤੋਂ। ਹੁਣ ਮੈਂ ਆਪਣੇ ਦੋਸਤ ਦੀ ਨਜ਼ਰ ਵਿੱਚ ਬਹੁਤ ਚੰਗਾ, ਮਹਾਨ ਇਨਸਾਨ ਬਣ ਚੁੱਕਾ ਸੀ। ਫਿਰ ਇੱਕ ਦਿਨ ਕਿਸੇ ਨੇ ਮੇਰੇ ਨਾਲ 44 ਹਜਾਰ ਦਾ ਧੋਖਾ ਕਰ ਲਿਆ। ਮੈਂ ਆਪਣੇ ਉਸੇ ਮਿੱਤਰ ਨੂੰ ਮੇਰੀ ਮੱਦਦ ਕਰਨ ਲਈ ਕਿਹਾ। ਉਸਨੇ ਮੈਨੂੰ ਕਿਹਾ ਕਿ ਹੁਣ ਉਸ ਠੱਗ ਤੋਂ ਪੈਸੇ ਕਢਵਾਉਣੇ ਬਹੁਤ ਔਖੇ ਹਨ। ਉਸਨੇ ਉਸ ਠੱਗ ਨੂੰ ਇੱਕ ਵਾਰੀ ਫੋਨ ਕਰਨ ਦੀ ਹਾਮੀ ਵੀ ਨਾ ਭਰੀ। ਫਿਰ ਮੈਂ ਆਪਣੇ ਕਿਸੇ ਦੂਜੇ ਮਿੱਤਰ ਦੀ ਸਹਾਇਤਾ ਨਾਲ ਆਪਣੇ ਪੈਸੇ ਵਾਪਿਸ ਲੈ ਲਏ। ਕੁੱਝ ਦਿਨਾਂ ਬਾਅਦ ਫਿਰ ਮੈਨੂੰ ਇੱਕ ਜ਼ਰੂਰੀ ਕੰਮ ਪੈ ਗਿਆ। ਮੈਂ ਆਪਣਾ ਤਬਾਦਲਾ ਕਰਵਾਉਣਾ ਚਾਹੁੰਦਾ ਸੀ। ਮੈਂ ਆਪਣੇ ਪਹਿਲੇ ਮਿੱਤਰ ਕੋਲੋਂ ਮੱਦਦ ਮੰਗੀ। ਉਸਨੇ ਫਿਰ ਠੀਕ ਤਰ੍ਹਾਂ ਹਾਮੀ ਨਾ ਭਰੀ। ਫਿਰ ਮੈਂ ਇੱਕ ਦਿਨ ਉਸਨੂੰ ਕਿਹਾ ਕਿ ਮੈਂ ਆਪਣੇ ਦੂਜੇ ਮਿੱਤਰ (ਜਿਸਨੇ ਮੇਰੇ ਪੈਸੇ ਵਾਪਿਸ ਲੈਣ ਵਿੱਚ ਮੱਦਦ ਕੀਤੀ ਸੀ) ਤੋਂ ਆਪਣੇ ਤਬਾਦਲੇ ਲਈ ਮੱਦਦ ਮੰਗ ਲੈਨਾਂ। ਇਹ ਗਲ ਸੁਣਦਿਆਂ ਹੀ ਮੇਰੇ ਪਹਿਲੇ ਮਿੱਤਰ ਦੇ ਦਿਲ ਵਿੱਚ ਅੱਗ ਲੱਗ ਗਈ। ਉਸਨੇ ਕਿਹਾ ਕਿ "ਜੇ ਉਸਨੇ ਤੇਰਾ ਇੱਕ ਕੰਮ ਕੀ ਕਰਵਾਤਾ, ਤੂੰ ਪਤਾ ਨਹੀਂ ਉਸਨੂੰ ਕੀ ਬਣਾ ਲਿਆ, ਹੁਣ ਆਪਣਾ ਤਬਾਦਲਾ ਵੀ ਉਸ ਤੋਂ ਹੀ ਕਰਵਾਈਂ।" ਇਸ ਤੋਂ ਬਾਅਦ ਉਹ ਅੰਦਰੋਂ ਹੀ ਅੰਦਰੋਂ ਮੈਨੂੰ ਨਫਰਤ ਕਰਨ ਲੱਗ ਪਿਆ। ਹੁਣ ਮੈਂ ਉਸ ਦੀਆਂ ਅੱਖਾਂ ਵਿੱਚ ਮੈਂ ਬਦਨਾਮ ਹੋ ਗਿਆ ਸੀ, ਹਾਲਾਂ ਕਿ ਮੇਰੀ ਤਾਂ ਕੋਈ ਗਲਤੀ ਵੀ ਨਹੀਂ ਸੀ, ਗਲਤੀ ਤਾਂ ਸਿਰਫ ਮੇਰੇ ਮਿੱਤਰ ਦੇ ਅੰਦਰ ਛਿੱਪੇ ਹੰਕਾਰ ਦੀ ਸੀ। ਉਸਨੂੰ ਇੰਝ ਸੀ ਕਿ ਮੇਰੀਆਂ ਅੱਖਾਂ ਵਿੱਚ ਉਹ ਹੀ ਸੱਭ ਤੋਂ ਵੱਧ ਸ਼ਕਤੀਸ਼ਾਲੀ ਰਹੇ। ਮੈਂ ਇਹ ਮੰਨ ਲਵਾਂ ਕਿ ਉਹ ਹੀ ਹਰ ਕੰਮ, ਕਿਸੇ ਵੀ ਤਰਾਂ ਦਾ ਕੰਮ ਕਰਵਾ ਸਕਦਾ ਹੈ। ਸੋਚਣ ਵਾਲੀ ਗਲ ਤਾਂ ਇਹ ਹੈ ਕਿ ਇੰਨ੍ਹੀ ਛੋਟੀ ਗਲ ਨਾਲ ਹੁਣ ਮੈਂ ਮਹਾਨ ਤੋਂ ਬਦਨਾਮ ਹੋ ਗਿਆ ਹਾਂ। ਕਹਿਣ ਦਾ ਭਾਵ ਇਹ ਹੈ ਕਿ ਜਿੰਨਾਂ ਸਮਾਂ ਆਪਣੀਆਂ ਗਲਾਂ ਲੋਕਾਂ ਨੂੰ ਜੱਚ ਗਈਆਂ , ਉਹਨਾਂ ਸਮਾਂ ਮਹਾਨ। ਜੇਕਰ ਇੱਕ ਗਲ ਵੀ ਨਾ ਜੱਚੀ ਤਾਂ ਬਦਨਾਮ। ਸੋ ਸਾਨੂੰ ਨਾਂ ਤਾਂ ਮਹਾਨ ਬਨਣ ਤੇ ਜ਼ੋਰ ਦੇਣਾ ਚਾਹੀਦਾ ਹੈ ਨਾਂ ਬਦਨਾਮ ਹੋਣ ਦੇ ਡਰ ਤੋਂ ਡਰਨਾ ਚਾਹੀਦਾ ਹੈ, ਆਪਣਾ ਪੂਰਾ ਧਿਆਨ ਤਾਂ ਸਿਰਫ ਚੰਗੇ ਕਰਮ ਤੇ ਹੋਣਾ ਚਾਹੀਦਾ ਹੈ।

ਅਮਨਪ੍ਰੀਤ ਸਿੰਘ

09465554088

ਮੇਰੇ ਸ਼ਹਿਰ ਸੀ ਆਇਆ ਭੁਚਾਲ

ਮੈਂ ਆਮ ਲੋਕਾਂ ਦੀ ਤਰਾਂ ਨੌਕਰੀ ਕਰਦਾ ਸੀ ਅਤੇ ਆਮ ਲੋਕਾਂ ਦੀ ਤਰਾਂ ਹੀ ਹੋਰ ਪੈਸੇ ਕਮਾਉਣ ਲਈ ਚਿੰਤਾ ਵਿੱਚ ਰਹਿੰਦਾ ਸੀ। ਘਰ ਬਨਾਉਣ ਦੀ ਚਿੰਤਾ, ਭਵਿੱਖ ਵਧੀਆ ਬਨਾਉਣ ਦੀ ਚਿੰਤਾ ਅਤੇ ਹੋਰ ਨਿੱਕੀਆਂ-ਨਿੱਕੀਆਂ ਚਿੰਤਾਂਵਾਂ ਨੇ ਮੇਰੇ ਉੱਪਰ ਬਹੁਤ ਹੀ ਭਾਰਾ ਅਤੇ ਮਜਬੂਤ ਜਾਲ ਵਿਛਾ ਦਿਤਾ ਸੀ। ਮੈਂ ਜਾਂਦਾ ਤਾਂ ਰੋਜ਼ ਆਪਣੇ ਸਕੂਲ ਹੀ ਸੀ, ਪਰ ਦੋ ਪਲ ਵੀ ਉੱਥੇ ਮੌਜੂਦ ਨਹੀਂ ਸੀ ਰਹਿੰਦਾ ਅਤੇ ਇੱਕ ਪਲ ਵੀ ਸ਼ਾਂਤੀ ਨਾਲ ਸਾਹ ਤਕ ਨਹੀਂ ਲਿਆ। ਫਿਰ ਇੱਕ ਦਿਨ ਅਚਾਨਕ ਕੁੱਝ ਹਫਤੇ ਪਹਿਲਾਂ ਦੀ ਹੀ ਗਲ ਹੈ ਕਿ ਸਾਡੇ ਸ਼ਹਿਰ ਭੁਚਾਲ ਆ ਗਿਆ। ਮੈ ਫਟਾਫਟ ਆਪਣੇ ਸਾਥੀ ਅਧਿਆਪਕ ਅਤੇ ਬੱਚਿਆਂ ਨਾਲ ਸਕੂਲ ਦੀ ਬਿਲਡਿੰਗ ਤੋਂ ਬਾਹਰ ਖੁੱਲ੍ਹੇ ਮੈਦਾਨ ਵਿੱਚ ਆ ਗਿਆ । ਉਸੇ ਹੀ ਪਲ ਮੇਰੇ ਅੰਦਰ ਇੱਕ ਮਹਾਂ ਕ੍ਰਾਂਤੀ ਘਟਿਤ ਹੋ ਗਈ। ਇੱਕ ਪਾਸੇ ਸਾਰੇ ਲੋਕ ਰੋਲਾ ਪਾ ਰਹੇ ਸਨ ਅਤੇ ਡਰ ਰਹੇ ਸਨ, ਦੂਜੇ ਪਾਸੇ ਮੈਂ ਬਿਲਕੁਲ ਸ਼ਾਂਤ ਬਿਨ੍ਹਾਂ ਡਰ ਤੋਂ ਇਹ ਸੋਚ ਰਿਹਾ ਸੀ ਕਿ- ਕੀ ਹਜੇ ਵੀ ਮੈਨੂੰ ਹੋਰ ਪੈਸੇ ਕਮਾਉਣ ਦੀ ਜ਼ਰੂਰਤ ਹੈ? ਕੀ ਹਜੇ ਵੀ ਮੈਂ ਨਵਾਂ ਘਰ ਬਨਾਉਣਾ ਚਾਹੁੰਦਾ ਹਾਂ? ਕੀ ਮੈਂ ਹਜੇ ਵੀ ਦੁਨੀਆ ਵਿੱਚ ਨਾਮ ਅਤੇ ਸ਼ਾਨੋ-ਸ਼ੋਕਤ ਕਮਾਉਣਾ ਚਾਹੁੰਦਾ ਹਾਂ? ਇਹਨਾਂ ਪ੍ਰਸ਼ਨਾਂ ਦਾ ਉੱਤਰ ਮੈਨੂੰ ਨਾਂ ਵਿੱਚ ਹੀ ਮਿਲਿਆ। ਇਹ ਉੱਤਰ ਪਾਉਂਦੀ ਹੀ ਮੇਰੇ ਅੰਦਰ ਇੱਕ ਭਿਅੰਕਰ ਵਿਸਫੋਟ ਹੋਇਆ ਜਿਸ ਦੀਆਂ ਚੰਗਿਆੜੀਆਂ ਆਰਟੀਕਲਜ਼ ਬਣ ਬਣ ਕੇ ਵਹਿ ਰਹੀਆਂ ਹਨ।ਇਸ ਭੁਚਾਲ ਨੇ ਮੇਰੀ ਪੁਰਾਣੀ ਅੰਦਰਲੀ ਦੁਨੀਆ ਤਬਾਹ ਕਰਕੇ ਰੱਖ ਦਿੱਤੀ ਹੈ ਅਤੇ ਜ਼ਿੰਦਗੀ ਦੀ ਸਹੀ ਦਿਸ਼ਾ ਦੀ ਲਗਾਮ ਮੇਰੇ ਹੱਥ ਫੜਾ ਦਿੱਤੀ ਹੈ। ਸਾਰੀ ਦੁਨੀਆ ਨੂੰ ਦੇਖਣ ਦਾ ਨਜ਼ਰਿਆ ਇੱਕ ਝਟਕੇ ਵਿੱਚ ਹੀ ਬਦਲ ਚੁੱਕਾ ਹੈ। ਅਜੀਬ ਜਿਹੀ ਖੁਸ਼ੀਆਂ ਦਾ ਆਗਮਨ ਹੋ ਚੁੱਕਾ ਹੈ। ਜ਼ਿੰਦਗੀ ਦੀਆਂ ਅਣਦੇਖੀਆਂ ਬਰੀਕੀਆਂ ਨਜ਼ਰ ਆਉਣ ਲਗ ਗਈਆਂ ਹਨ।ਹਰ ਚੀਜ਼ ਹਵਾ, ਸੂਰਜ, ਹਰਿਆਲੀ, ਹਰ ਕੁਦਰਤੀ ਚੀਜ਼ ਆਪਣੇ ਵਿੱਚ ਹੀ ਸਮਾਈ ਲਗਦੀ ਹੈ। ਮੈਨੂੰ ਕੀ ਹੋ ਗਿਆ ਹੈ, ਮੈਂ ਨਹੀਂ ਜਾਣਦਾ। ਇੰਝ ਲਗਦਾ ਹੈ ਮੈਂ ਕੁਦਰਤ ਦਾ ਹੋ ਗਿਆ ਹਾਂ ਅਤੇ ਕੁਦਰਤ ਮੇਰੀ।

ਅਮਨਪ੍ਰੀਤ ਸਿੰਘ

094655-54088

"ਨਸ਼ੇ ਦਾ ਪੱਕਾ ਇਲਾਜ ਕਿਵੇਂ ਕਰੀਏ"

ਨਸ਼ਾ ਸਾਡੀ ਨੌਜਵਾਨ ਪੀੜ੍ਹੀ ਦੇ ਨਸ ਨਸ ਵਿੱਚ ਸਮਾ ਰਿਹਾ ਹੈ। ਨਸ਼ੇ ਦਾ ਘੇਰਾ ਲਗਾਤਾਰ ਵਿਸ਼ਾਲ ਹੀ ਹੁੰਦਾ ਜਾ ਰਿਹਾ ਹੈ। ਕੋਈ ਨਸ਼ਾ ਮਜਬੂਰੀ ਵਿੱਚ ਕਰਦਾ ਹੈ, ਅਤੇ ਕੋਈ ਆਪਣੀ ਸ਼ਾਨ ਵਧਾਉਣ ਲਈ। ਮੈਂ ਕਾਫੀ ਨਸ਼ੇ ਕਰਨ ਵਾਲੇ ਆਦਮਿਆ ਤੇ ਰਿਸਰਚ ਕੀਤੀ ਹੈ। ਉਹਨਾਂ ਤੋਂ ਮੈਂ ਅਕਸਰ ਕਈ ਸਵਾਲ ਪੁੱਛਦਾ ਰਹਿੰਦਾ ਹਾਂ। ਉਹਨਾਂ ਦੇ ਜਵਾਬ ਸੁਣਕੇ ਤਾਂ ਮੈਂ ਹੈਰਾਨ ਹੀ ਰਹਿ ਜਾਂਦਾ ਹਾਂ। ਕਿਸੇ ਵੀ ਸ਼ਰਾਬ ਪੀਣ ਵਾਲੇ ਨੂੰ ਸ਼ਰਾਬ ਦਾ ਸੁਆਦ ਚੰਗਾ ਨਹੀਂ ਲਗਦਾ। ਜਦ ਵੀ ਮੈਂ ਉਹਨਾਂ ਨੂੰ ਕਹਿੰਦਾ ਹਾਂ ਕਿ ਮੈਂ ਨਸ਼ਾ ਬਿਲਕੁਲ ਨਹੀਂ ਕਰਦਾ ਤਾਂ ਨਸ਼ਾ ਕਰਨ ਵਾਲਾ ਆਦਮੀ ਹਮੇਸ਼ਾਂ ਮੈਨੂੰ ਕਹਿੰਦਾ ਹੈ ਕਿ ਇਹ ਤਾਂ ਬਹੁਤ ਚੰਗੀ ਗਲ ਹੈ, ਨਸ਼ੇ ਵਿੱਚ ਤਾਂ ਕਦੇ ਕਿਸੇ ਨੂੰ ਪੈਣਾ ਹੀ ਨਹੀਂ ਚਾਹੀਦਾ। ਫਿਰ ਮੈਂ ਉਹਨਾਂ ਨੂੰ ਪੁੱਛਦਾ ਹਾਂ ਕਿ ਜੇ ਨਸ਼ੇ ਵਿੱਚ ਪੈਣਾ ਚੰਗੀ ਗਲ ਨਹੀਂ ਹੈ ਤਾਂ, ਉਹ ਫਿਰ ਨਸ਼ਾ ਕਿਉਂ ਕਰਦੇ ਹਨ। ਉਹਨਾਂ ਦਾ ਜਵਾਬ ਕਦੇ ਵੀ ਸਪੱਸ਼ਟ ਨਹੀਂ ਮਿਲਿਆ। ਮੇਰੀ ਰਿਸਰਚ ਵਜੋਂ ਮੈਨੂੰ ਦੋ ਹੀ ਨਸ਼ਾ ਕਰਨ ਦੇ ਕਾਰਨ ਮਿਲੇ। ਪਹਿਲਾ ਚਿੰਤਾ ਨੂੰ ਭੁਲਾਉਣ ਵਾਸਤੇ ਅਤੇ ਦੂਜਾ ਸ਼ਾਨ ਵਧਾਉਣ ਵਾਸਤੇ। ਇਸ ਤੋਂ ਪਹਿਲਾਂ ਮੈਂ ਕੁੱਝ ਅੱਗੇ ਵਧਾਂ ਸਾਨੂੰ ਚਿੰਤਾਂ ਬਾਰੇ ਥੋੜ੍ਹਾ ਸਮਝ ਲੈਣਾ ਬਹੁਤ ਜ਼ਰੂਰੀ ਹੈ। ਜਦੋਂ ਸਾਡੇ ਮਨ ਵਿੱਚ ਪੰਜ ਸੱਤ ਗਲਾਂ ਇੱਕੋ ਸਮੇਂ ਹੀ ਬੜੀ ਤੀਬਰਤਾ ਨਾਲ ਚਲ ਰਹੀਆਂ ਹੋਣ, ਤਾਂ ਸਾਡੇ ਦਿਮਾਗ ਤੇ ਬੋਝ ਪੈ ਜਾਂਦਾ ਹੈ, ਸਾਡਾ ਦਿਮਾਗ ਇੰਨ੍ਹਾਂ ਬੋਝ ਸਹਾਰ ਨਹੀਂ ਪਾਂਦਾ ਅਤੇ ਇਹ ਬੋਝ ਚਿੰਤਾ ਦਾ ਰੂਪ ਧਾਰ ਲੈਂਦਾ ਹੈ। ਸਾਡੇ ਨਾਲ ਹੋਈ ਕੋਈ ਠੱਗੀ, ਸਾਨੂੰ ਬੋਲੇ ਗਏ ਕੁੱਝ ਭੈੜੇ ਸ਼ਬਦ, ਕੋਈ ਨਾਕਾਮਯਾਬੀ ਮਿਲਣੀ ਆਦਿ ਅਜਿਹੀਆਂ ਗਲਾਂ ਸਾਡੇ ਦਿਮਾਗ ਵਿੱਚ ਬਹੁਤ ਹੀ ਤੀਬਰਤਾ ਨਾਲ ਚਲਦੀਆਂ ਹਨ। ਜਦੋਂ ਆਦਮੀ ਅਜਿਹੇ ਬੋਝ , ਅਜਿਹੀ ਚਿੰਤਾ ਨਾਲ ਘੇਰਿਆ ਜਾਂਦਾ ਹੈ, ਤਾਂ ਉਸਨੂੰ ਕੁੱਝ ਵੀ ਸਮਝ ਨਹੀਂ ਆਉਂਦਾ ਕਿ ਉਸ ਨਾਲ ਕੀ ਹੋ ਰਿਹਾ ਹੈ। ਬੇਮਤਲਬ ਦੀਆਂ ਸੋਚਾਂ ਨਾਲ ਭਰਿਆ ਦਿਮਾਗ ਉਸਦੇ ਸਰੀਰ ਦੀ ਤਾਕਤ ਨੂੰ ਚੂਸ ਰਿਹਾ ਹੁੰਦਾ ਹੈ। ਉਹ ਆਪਣੇ ਆਪ ਨੂੰ ਇਸ ਦਰਦ ਤੋਂ ਬਚਾਉਣ ਲਈ ਸ਼ਰਾਬ ਪੀਂਦਾ ਹੈ, ਨਸ਼ਾ ਕਰਦਾ ਹੈ। ਉਹ ਆਪਣੇ ਆਪ ਨੂੰ ਅਰਧ ਬੇਹੋਸ਼ੀ ਅਵਸਥਾ ਵਿੱਚ ਲੈ ਜਾਂਦਾ ਹੈ। ਨਸ਼ੇ ਦੇ ਪ੍ਰਭਾਵ ਹੇਠ ਆਕੇ, ਉਸਦਾ ਦਿਮਾਗ ਕੁਝ ਗਲਾਂ ਨੂੰ ਭੁਲ ਜਾਂਦਾ ਹੈ, ਉਸਦਾ ਦਿਮਾਗ ਕੁਝ ਸਮੇਂ ਲਈ ਹਲਕਾ ਹੋ ਜਾਂਦਾ ਹੈ ਅਤੇ ਉਸਨੂੰ ਇੰਝ ਪ੍ਰਤੀਤ ਹੁੰਦਾ ਹੈ ਕਿ ਉਹ ਚਿੰਤਾ ਮੁਕਤ ਹੋ ਗਿਆ ਹੈ। ਪਰ ਹੁੰਦਾ ਠੀਕ ਇਸਦੇ ਉਲਟ ਹੈ। ਕੁੱਝ ਸਮੇਂ ਬਾਅਦ ਨਸ਼ਾ ਉਤਰ ਜਾਂਦਾ ਹੈ। ਭੁਲੀਆਂ ਹੋਈਆਂ ਗਲਾਂ ਫਿਰ ਤੋਂ ਉਸਦੇ ਦਿਮਾਗ ਵਿੱਚ ਡੇਰਾ ਲਾ ਲੈਂਦੀਆਂ ਹਨ। ਫਿਰ ਦਿਮਾਗ ਤੇ ਬੋਝ ਪੈਣਾ ਸ਼ੁਰੂ ਹੋ ਜਾਂਦਾ ਹੈ, ਅਤੇ ਫਿਰ ਤੋਂ ਚਿੰਤਾ ਵਾਪਿਸ ਆ ਜਾਂਦੀ ਹੈ। ਚਿੰਤਾ ਦਾ ਪੱਧਰ ਹੋਰ ਉੱਚਾ ਹੋ ਜਾਂਦਾ ਹੈ ਅਤੇ ਸ਼ਰਾਬ ਪੀਣ ਨਾਲ ਲੀਵਰ ਤੇ ਵਖਰਾ ਮਾੜਾ ਪ੍ਰਭਾਵ ਪੈਂਦਾ ਹੈ। ਅਸਲ ਵਿੱਚ ਜੋ ਨਸ਼ਾ ਕਰਦਾ ਹੈ, ਉਸਨੂੰ ਨਸ਼ੇ ਦੀ ਨਹੀਂ ਸਾਧਨਾ, ਮੈਡੀਟੇਸ਼ਨ ਦੀ ਲੋੜ ਹੁੰਦੀ ਹੈ। ਦਿਮਾਗ ਵਿੱਚੋਂ ਬੇਲੋੜੀਆਂ ਗਲਾਂ ਸਿਰਫ ਨਸ਼ੇ ਨਾਲ ਹੀ ਨਹੀਂ ਕੱਢੀਆਂ ਜਾ ਸਕਦੀਆਂ, ਨਸ਼ਾ ਤਾਂ ਇਸਦਾ ਕੱਚਾ ਇਲਾਜ ਹੈ। ਬੇਲੋੜੀਆਂ ਗਲਾਂ ਦਿਮਾਗ ਵਿੱਚੋਂ ਕੱਢਣ ਲਈ ਸੱਭ ਤੋਂ ਵਧੀਆ ਸਾਧਨ ਹੈ ਦਿਮਾਗ ਦਾ ਅਭਿਆਸ ਕਰਨਾ, ਧਿਆਨ ਲਾਉਣਾ, ਸਾਧਨਾ ਕਰਨਾ, ਮੈਡੀਟੇਸ਼ਨ ਕਰਨਾ, ਆਪਣੇ ਆਪ ਨੂੰ ਲੱਭਣਾ, ਆਪਣੇ ਹੁਨਰ ਨੂੰ ਪਹਿਚਾਨਣਾ। ਜਦੋਂ ਆਦਮੀ ਆਪਣੇ ਕਿਸੇ ਛੋਟੇ ਜਿਹੇ ਹੁਨਰ ਨੂੰ ਹੀ ਪਹਿਚਾਨ ਲੈਂਦਾ

ਹੈ, ਤਾਂ ਉਸਦਾ ਧਿਆਨ ਸੁਭਾਵਿਕ ਹੀ ਆਪਣੇ ਹੁਨਰ ਤੇ ਕੇਂਦਰਿਤ ਹੋ ਜਾਂਦਾ ਹੈ, ਆਸੇ ਪਾਸੇ ਭਟਕਦਾ ਹੀ ਨਹੀਂ। ਇੱਕ ਵਾਰ ਮੈਨੂੰ ਖੁਦ ਨੂੰ ਵੀ ਕੁਝ ਗਲਾਂ ਦੀ ਚਿੰਤਾ ਹੋ ਗਈ ਸੀ। ਕੁਝ ਮੇਰੇ ਨਾਲ ਠਗੀਆਂ ਹੋ ਗਈਆਂ ਸਨ ਅਤੇ ਕੁਝ ਘਰ-ਬਾਰ ਦੀ ਚਿੰਤਾ। ਮੇਰਾ ਦਿਮਾਗ ਬੇਲੋੜੀਆਂ ਗਲਾਂ ਅਤੇ ਵਿਚਾਰਾਂ ਨਾਲ ਭਰ ਚੁੱਕਾ ਸੀ। ਉਸ ਸਮੇਂ ਪਹਿਲੀ ਵਾਰ ਮੇਰਾ ਦਿਲ ਕੀਤਾ ਕਿ ਮੈਂ ਸ਼ਰਾਬ ਪੀ ਕੇ ਕੁਝ ਸਮਾਂ ਆਪਣੇ ਆਪ ਨੂੰ ਬੇਹੋਸ਼ ਕਰ ਲਵਾਂ। ਪਰ ਜਦ ਮੈਂ ਆਪਣੇ ਲਿਖਣ ਦੇ ਹੁਨਰ ਨੂੰ ਲੱਭ ਲਿਆ, ਆਪਣੇ ਆਪ ਨੂੰ ਥੋੜ੍ਹਾ ਪਹਿਚਾਣ ਲਿਆ ਅਤੇ ਆਪਣੇ ਹੁਨਰ ਨੂੰ ਇਸ ਸੰਸਾਰ ਵਿੱਚ ਸਮਾਜ ਸੇਵਾ ਲਈ ਪ੍ਰਗਟਾਉਣ ਲਗ ਪਿਆ, ਤਾਂ ਆਪਣੇ ਆਪ ਹੀ ਮੇਰਾ ਦਿਮਾਗ ਮੇਰੇ ਹੁਨਰ ਅਤੇ ਮੇਰੇ ਮਕਸਦ ‘ਤੇ ਕੇਂਦਰਿਤ ਹੋ ਗਿਆ। ਬੇਲੋੜੀਆਂ ਗਲਾਂ ਅਤੇ ਵਿਚਾਰ ਕਿਧਰੇ ਅਲੋਪ ਹੀ ਹੋ ਗਏ। ਜੀਵਨ ਵਿੱਚ ਭਰਪੂਰ ਖੁਸ਼ੀਆਂ ਦਾ ਫਿਰ ਤੋਂ ਆਗਮਨ ਹੋ ਗਿਆ। ਅਸਲ ਵਿੱਚ ਹੁਣ ਮੈਂ ਸਹੀ ਨਸ਼ਾ ਕਰਨਾ ਸ਼ੁਰੂ ਕਰ ਦਿੱਤਾ ਹੈ, ਉਹ ਹੈ ਲਿਖਣ ਦਾ ਨਸ਼ਾ। ਭਗਤ ਸਿੰਘ ਨੇ ਕੀਤਾ ਸੀ, ਦੇਸ਼ ਭਗਤੀ ਦਾ ਨਸ਼ਾ, ਮਦਰ ਟਰੇਸਾ ਨੇ ਕੀਤਾ ਸੀ ਗਰੀਬਾਂ ਦੀ ਸੇਵਾ ਕਰਨ ਦਾ ਨਸ਼ਾ। ਹੁਣ ਤੁਹਾਡੇ ਵਾਸਤੇ ਅਸਲ ਅਤੇ ਸਹੀ ਨਸ਼ਾ ਕਿਹੜਾ ਹੈ, ਇਸਦਾ ਜਵਾਬ ਤੁਹਾਨੂੰ ਖੁਦ ਨੂੰ ਹੀ ਲੱਭਣਾ ਪਵੇਗਾ। ਜਿਸ ਦਿਨ ਤੁਹਾਨੂੰ ਨਸਾ ਹੋ ਗਿਆ ਆਪਣੇ ਆਪ ਨੂੰ ਲੱਭਣ ਦਾ, ਤਾਂ ਸ਼ਰਾਬ ਨੂੰ ਤਾਂ ਦੇਖਣ ਦਾ ਜੀਅ ਵੀ ਨਹੀਂ ਕਰਨਾ। ਇਸ ਨਸ਼ੇ ਤੋਂ ਬਾਅਦ ਦਿਮਾਗ ਵਿੱਚ ਚਲਣਗੀਆਂ ਸਿਰਫ ਉਹੋ ਗਲਾਂ, ਜੋ ਚਲਣੀਆਂ ਚਾਹੀਦੀਆਂ ਹਨ, ਦਿਮਾਗ ਰਹੇਗਾ ਹਮੇਸ਼ਾਂ ਹਲਕਾ ਫੁਲਕਾ ਅਤੇ ਤੁਸੀਂ ਰਹੋਂਗੇ ਹਮੇਸ਼ਾਂ ਤੰਦਰੁਸਤ। ਸੋ ਸ਼ਰਾਬ ਅਤੇ ਨਸ਼ੇ ਨੂੰ ਮਾਰੋ ਠੋਕਰ ਅਤੇ ਜੁਟ ਜਾਓ ਆਪਣੇ ਆਪ ਨੂੰ ਲੱਭਣ ਵਿੱਚ!

ਸਾਹਿਤਕਾਰ ਅਮਨਪ੍ਰੀਤ ਸਿੰਘ

ਵਟਸ ਅਪ: 09465554088

ਓਨਲਾਈਨ ਬਿਜ਼ਨਸ ਫਰੋਡ

ਬਿਜ਼ਨਸ ਕਰਨ ਵਾਲੇ ਮੇਰੇ ਸਾਥਿਓ, ਹੁਣ ਹੋ ਜਾਓ ਸਾਵਧਾਨ ! ਅੱਜ ਦੇ ਤਕਨੀਕੀ ਯੁਗ ਵਿੱਚ ਜਿੱਥੇ ਸਾਰੀ ਦੁਨੀਆ ਇੰਟਰਨੈੱਟ ਦੁਆਰਾ ਜੁੜ ਚੁੱਕੀ ਹੈ, ਉੱਥੇ ਬਿਜ਼ਨਸ, ਵਪਾਰ ਦੀ ਦੁਨੀਆ ਵੀ ਇੰਟਰਨੈੱਟ ਨਾਲ ਜੁੜ ਚੁੱਕੀ ਹੈ। ਅੱਜਕੱਲ੍ਹ ਕੁੱਝ ਅਜਿਹੀਆਂ ਵੈੱਬਸਾਈਟਸ ਆ ਚੁੱਕੀਆਂ ਹਨ ਜੋ ਖਰੀਦਣ ਵਾਲੇ ਨੂੰ ਵੇਚਣ ਵਾਲਿਆਂ ਨਾਲ ਮਿਲਾਉਂਦੀਆਂ ਹਨ।ਬਿਜ਼ਨਸ ਵਿੱਚ ਖਰੀਦਣ ਵਾਲਾ ਵੇਚਣ ਵਾਲੇ ਨੂੰ ਓਨਲਾਈਨ ਅਜਿਹੀਆਂ ਵੈੱਬਸਾਈਟਸ ਤੇ ਲੱਭਦਾ ਹੈ ਅਤੇ ਉਸ ਨਾਲ ਗਲ ਕਰਦਾ ਹੈ। ਰੇਟ ਮੁਕਾਣ ਤੋਂ ਬਾਅਦ ਜਿਵੇਂ ਕਿ ਖਰੀਦਣ ਵਾਲਾ ਵੇਚਣ ਵਾਲੇ ਨੂੰ ਬਿਲਕੁੱਲ ਹੀ ਨਹੀਂ ਜਾਣਦਾ, ਇਸ ਕਰਕੇ ਉਹ ਵੈੱਬਸਾਈਟ ਦੇ ਕਸਟਮਰ ਕੇਅਰ ਨਾਲ ਗਲ ਕਰਦਾ ਹੈ ਅਤੇ ਕਸਟਮਰ ਕੇਅਰ ਖਰੀਦਣ ਵਾਲੇ ਨੂੰ ਭਰੋਸਾ ਦਿਵਾਂਉਂਦੀ ਹੈ ਕਿ ਜੇਕਰ ਵੇਚਣ ਵਾਲੇ ਨੇ ਪੈਸੇ ਲੈਣ ਤੋਂ ਬਾਅਦ ਖਰੀਦਣ ਵਾਲੇ ਦਾ ਸਮਾਣ ਨਹੀਂ ਭੇਜਿਆ ਤਾਂ ਵੇਚਣ ਵਾਲੇ ਤੇ ਕੰਪਨੀ ਵਲੋਂ ਮੁਕਦਮਾ ਉਸਦੇ ਖਿਲਾਫ ਦਰਜ ਕੀਤਾ ਜਾਵੇਗਾ। ਇਹ ਸੁਣਦੇ ਹੀ ਖਰੀਦਣ ਵਾਲਾ ਵੇਚਣ ਵਾਲੇ ਨੂੰ ਓਨਲਾਈਨ ਪੈਸੇ ਭਿਜਵਾ ਦਿੰਦਾ ਹੈ। ਪਰ ਕਈ ਵਾਰ ਅਕਸਰ ਹੀ ਅਜਿਹਾ ਦੇਖਿਆ ਗਿਆ ਹੈ ਕਿ ਖਰੀਦਣ ਵਾਲੇ ਦਾ ਸਮਾਨ ਉਸ ਕੋਲ ਨਹੀਂ ਪਹੁੰਚਦਾ। ਸੱਭ ਤੋਂ ਵੱਢਾ ਝੱਟਕਾ ਖਰੀਦਣ ਵਾਲੇ ਨੂੰ ਉਦੋਂ ਲਗਦਾ ਹੈ ਜਦੋਂ ਉਹ ਕਸਟਮਰ ਕੇਅਰ ਨੂੰ ਸਾਰੀ ਗਲ ਦੱਸਦਾ ਹੈ ਅਤੇ ਵੇਚਣ ਵਾਲੇ ਉੱਤੇ ਮੁਕਦਮਾ ਦਰਜ ਕਰਨ ਲਈ ਕਹਿੰਦਾ ਹੈ, ਕਿਉਂਕਿ ਉਦੋਂ ਉਸੇ ਹੀ ਵੈੱਬਸਾਈਟ ਦਾ ਕਸਟਮਰ ਕੇਅਰ ਕਹਿੰਦਾ ਹੈ ਕਿ ਅਸੀਂ ਉਸ ਉੱਪਰ ਕੋਈ ਵੀ ਮੁਕਦਮਾ ਦਰਜ ਨਹੀਂ ਕਰ ਸਕਦੇ, ਅਸੀਂ ਤਾਂ ਸਿਰਫ ਉਸਦੀ ਕੰਪਨੀ ਅਤੇ ਉਸਦਾ ਨਾਮ ਆਪਣੀ ਵੈੱਬਸਾਈਟ ਤੋਂ ਹਟਾ ਜਾਂ ਪਲੋਕ ਕਰ ਸਕਦੇ ਹਾਂ। ਅਤੇ ਉਹ ਖਰੀਦਣ ਵਾਲੇ ਨੂੰ ਕਹਿੰਦੇ ਹਨ ਕਿ ਉਹ ਆਪਣਾ ਮੁਕਦਮਾ ਖੁੱਦ ਕਰੇ। ਇੱਕ ਆਮ ਆਦਮੀ ਮੁਕਦਮੇ ਦਾ ਨਾਮ ਸੁਣਕੇ ਹੀ ਡਰ ਜਾਂਦਾ ਹੈ ਅਤੇ ਵਕੀਲਾਂ ਦੀ ਫੀਸ ਦੀ ਸੋਚ ਨਾਲ ਹੀ ਉਹ ਅੱਧਾ ਹੀ ਰਹਿ ਜਾਂਦਾ ਹੈ। ਉਹ ਡਰਦੇ ਮਾਰੇ ਆਪਣੀ ਕਦੇ ਆਵਾਜ਼ ਹੀ ਨਹੀਂ ਉਠਾਉਂਦਾ, ਅਤੇ ਵੇਚਣ ਵਾਲਾ ਪੈਸੇ ਲੈ ਕੇ ਤਿੱਤਰ ਬਿੱਤਰ ਹੋ ਜਾਂਦਾ ਹੈ। ਸੋ ਮੇਰੇ ਸਾਥਿਓ , ਕੋਈ ਵੀ ਸੋਦਾ ਕਰਨ ਵੇਲੇ ਸੌ ਵਾਰ ਸੋਚਣਾ ਅਤੇ ਮੈਂ ਸਰਕਾਰ ਨੂੰ ਗੁਜ਼ਾਰਿਸ਼ ਕਰਾਂਗਾ ਕਿ ਇਹਨਾਂ ਹੋ ਰਹੀਆਂ ਠੱਗੀਆਂ ਨੂੰ ਰੋਕਣ ਲਈ ਜਲਦ ਹੀ ਕੋਈ ਨਾ ਕੋਈ ਠੋਸ ਕਦਮ ਚੁੱਕਿਆ ਜਾਵੇ।

ਅਮਨਪ੍ਰੀਤ ਸਿੰਘ

094655-54088

37ਸਾਹਿਤਕਾਰ ਅਮਨਪ੍ਰੀਤ ਸਿੰਘ ਵਟਸ ਅਪ 09465554088

"ਪਤੀ-ਪਤਨੀ ਦੇ ਸੰਬੰਧ ਵਿੱਚ ਮੁੱਢਲੀ ਸਮੱਸਿਆ"

ਜੇਕਰ ਪਤੀ-ਪਤਨੀ ਦਾ ਸੁਭਾਅ ਚੰਗਾ ਨਾ ਹੋਵੇ, ਲੜਾਕਾ ਹੋਵੇ, ਤਾਂ ਪਤੀ ਪਤਨੀ ਦੇ ਸੰਬੰਧ ਖਰਾਬ ਹੋਣਾ ਸੁਭਾਵਿਕ ਹੈ। ਪਰ ਜੇ ਪਤੀ ਪਤਨੀ ਦੋਨੋਂ ਹੀ ਚੰਗੇ ਹੋਣ, ਫਿਰ ਵੀ ਉਹਨਾਂ ਦੇ ਸੰਬੰਧ ਵਿੱਚ ਔਕੜਾਂ ਆਉਣ ਤਾਂ ਫਿਰ ਕੀ ਕਾਰਨ ਹੋ ਸਕਦਾ ਹੈ? ਚਲੋ ਇਸਦਾ ਉੱਤਰ ਲੱਭਣ ਦੀ ਕੋਸ਼ਿਸ਼ ਕਰਦੇ ਹਾਂ। ਪ੍ਰਮਾਤਮਾ ਦਾ ਬਣਾਇਆ ਹਰ ਇਨਸਾਨ ਵਚਿਤਰ ਹੈ, ਵਖਰਾ ਹੈ। ਹਰ ਮਰਦ ਅਤੇ ਔਰਤ ਦਾ ਸੁਭਾਅ ਵਖਰਾ ਹੀ ਹੁੰਦਾ ਹੈ ਅਤੇ ਉਹਨਾਂ ਦੇ ਸ਼ੌਂਕ ਵੀ ਅਲੱਗ ਅਲੱਗ ਹੀ ਹੁੰਦੇ ਹਨ। ਮਨ ਲਵੋ ਜੇ ਪਤੀ ਨੂੰ ਕਿਤਾਬਾਂ ਪੜ੍ਹਨ ਦਾ ਸ਼ੌਂਕ ਹੈ, ਅਤੇ ਪਤਨੀ ਨੂੰ ਟੈਲੀਵੀਜ਼ਨ ਦੇਖਣ ਦਾ। ਹੁਣ ਸਮੱਸਿਆ ਇੱਥੇ ਆਉਂਦੀ ਹੈ ਕਿ ਇਹ ਦੋਨੋਂ ਕੰਮ ਇੱਕੋ ਵੇਲੇ ਨਹੀਂ ਹੋ ਸਕਦੇ। ਪਤਨੀ ਨੂੰ ਹੁੰਦਾ ਹੈ ਕਿ ਉਸਦਾ ਪਤੀ ਉਸ ਨਾਲ ਬੈਠਕੇ ਟੈਲੀਵੀਜ਼ਨ ਦੇਖੇ ਅਤੇ ਪਤੀ ਨੂੰ ਹੁੰਦਾ ਹੈ ਕਿ ਉਸਦੀ ਪਤਨੀ ਉਸ ਨਾਲ ਬੈਠਕੇ ਚੰਗੀਆਂ ਕਿਤਾਬਾਂ ਪੜ੍ਹੇ। ਹੁਣ ਇਸ ਹਾਲਤ ਵਿੱਚ ਦੋ ਹੀ ਗਲਾਂ ਸੰਭਵ ਹਨ। ਯਾ ਤਾਂ ਉਹ ਇੱਕ ਦੂਜੇ ਨਾਲ ਝਗੜਾ ਕਰਨ ਲੱਗ ਜਾਣਗੇ ਯਾ ਕੋਈ ਉਹਨਾਂ ਦੋਹਾਂ ਵਿੱਚੋਂ ਕੋਈ ਇੱਕ ਕੁਰਬਾਨੀ ਦੇਵੇਗਾ। ਮਨ ਲਵੋ ਕਿ ਪਤਨੀ ਨੇ ਕਿਹਾ "ਚਲੋ ਮੈਂ ਹੀ ਤੁਹਾਡੇ ਨਾਲ ਚੰਗੀਆਂ ਕਿਤਾਬਾਂ ਪੜ੍ਹ ਲੈਂਦੀ ਹਾਂ।" ਹੁਣ ਤੁਹਾਨੂੰ ਕੀ ਲੱਗਦਾ ਹੈ ਕਿ ਸਮੱਸਿਆ ਹੱਲ ਹੋ ਗਈ? ਬਿਲਕੁਲ ਨਹੀਂ। ਪਤਨੀ ਇੱਕ ਵਾਰ, ਦੋ ਵਾਰ, ਤਿੰਨ ਵਾਰ ਆਪਣੀ ਕੁਰਬਾਨੀ ਦੇ ਦੇਵੇਗੀ, ਪਰ ਉਹ ਆਪਣੇ ਮੂਲ ਸੁਭਾਅ, ਮੂਲ਼ ਸ਼ੌਂਕ (ਟੀ.ਵੀ. ਦੇਖਣਾ) ਤੋਂ ਭੱਜ ਨਹੀਂ ਸਕਦੀ। ਜਿਵੇਂ ਜਿਵੇਂ ਉਹ ਆਪਣੇ ਮੂਲ ਸੁਭਾਅ ਨੂੰ ਦੱਬੂਗੀ, ਉਵੇਂ ਉਵੇਂ ਹੀ ਉਸਦਾ ਸੁਭਾਅ ਖਿਝਾਊ ਹੁੰਦਾ ਜਾਵੇਗਾ ਅਤੇ ਕਿਸੇ ਨਾ ਕਿਸੇ ਦਿਨ ਦੱਬਿਆ ਹੋਇਆ ਮੂਲ ਸੁਭਾਅ ਝਗੜੇ ਦਾ ਜਵਾਲਾਮੁਖੀ ਬਣ ਕੇ ਕਿਸੀ ਛੋਟੀ ਜਿਹੀ ਗਲ ਉੱਤੇ ਹੀ ਫਟ ਜਾਏਗਾ। ਉਸ ਸਮੇਂ ਕੋਈ ਵੀ ਨਹੀਂ ਸਮਝ ਪਾਏਗਾ ਕਿ ਕੀ ਹੋ ਰਿਹਾ ਹੈ। ਝੱਗੜੇ ਦਾ ਸਹੀ ਕਾਰਨ ਤਾਂ ਕਿਸੇ ਨੂੰ ਪਤਾ ਹੀ ਨਹੀਂ ਲੱਗਣਾ। ਸੋ ਪਤੀ-ਪਤਨੀ ਨੂੰ ਚਾਹੀਦਾ ਹੈ ਕਿ ਉਹ ਇੱਕ ਦੂਜੇ ਦੇ ਮੂਲ ਸੁਭਾਅ ਅਤੇ ਮੂਲ਼ ਸ਼ੌਂਕਾਂ ਨੂੰ ਸਮਝਣ। ਕੋਈ ਵੀ ਆਪਣੇ ਸ਼ੌਂਕ ਕਿਸੇ ਦੂਜੇ ਤੇ ਨਾਂ ਥੋਂਪੇ। ਦੋਨੋਂ ਆਪਣੇ ਆਪਣੇ ਕੰਮਾਂ ਵਿੱਚ ਹੀ ਖੁਸ਼ੀ ਲੱਭਣ। ਦੋਨੋਂ ਕੁੱਝ ਆਪਣੇ ਵਿੱਚ ਛਿਪੇ ਕੁੱਝ ਅਜਿਹੇ ਸ਼ੌਂਕ ਲੱਭਣ, ਜਿੰਨ੍ਹਾਂ ਵਿੱਚ ਕਿਸੇ ਦੂਜੇ ਦੀ ਜਬਰੀ ਸ਼ਮੂਲੀਅਤ ਸ਼ਾਮਲ ਨਾ ਹੋਵੇ। ਦੋਨੋਂ ਪਤੀ ਪਤਨੀ ਇਹ ਚੰਗੀ ਤਰ੍ਹਾਂ ਸਮਝ ਲੈਣ ਕਿ ਦੁਨੀਆ ਵਿੱਚ ਕੋਈ ਵੀ ਅਜਿਹਾ ਮਰਦ ਅਤੇ ਔਰਤ ਨਹੀਂ, ਜਿੰਨ੍ਹਾਂ ਦੇ ਸ਼ੌਂਕ ਇੱਕੋ ਜਿਹੇ ਹੋਣ। ਜੇਕਰ ਇਹ ਗਲਾਂ ਪਤੀ ਪਤਨੀ ਦੇ ਨੱਸ ਨੱਸ ਵਿੱਚ ਵਸ ਗਈਆਂ ਤਾਂ ਉਹਨਾਂ ਦੇ ਘਰ ਖੁਦ ਸਵਰਗ ਉਤਰ ਕੇ ਆ ਜਾਵੇਗਾ...

ਸਾਹਿਤਕਾਰ ਅਮਨਪ੍ਰੀਤ ਸਿੰਘ

ਵਟਸ ਅੱਪ: 09465554088

ਰੱਬ ਤਾਂ ਸਾਡੇ ਤੱਕ ਪਹੁੰਚ ਚੁੱਕਾ ਹੈ

ਜ਼ਿੰਦਗੀ ਦੇ ਮੁਸ਼ਕਿਲ ਮੋੜਾਂ ਤੇ ਪਹੁੰਚ ਕੇ ਆਪਮੁਹਾਰੇ ਹੀ ਸਾਡੇ ਮੂਹਾਂ ਵਿੱਚੋਂ ਨਿਕਲਦਾ ਹੈ “ਕਾਸ਼ ਸਾਨੂੰ ਰੱਬ ਜੀ ਹੀ ਸਲਾਹ ਦੇ ਦੇਣ ਕਿ ਅਸੀਂ ਹੁਣ ਕੀ ਕਰੀਏ! ਕਾਸ਼ ਰੱਬ ਹੀ ਸਾਡੀ ਕੋਈ ਮੱਦਦ ਕਰ ਦੇਣ” ਕੀ ਸੱਚਮੁਚ ਅੱਜ ਦੇ ਯੁਗ ਵਿੱਚ ਰੱਬ ਸਾਡੀ ਮੱਦਦ ਲਈ ਨਹੀਂ ਹੈ? ਕੀ ਰੱਬ ਜੀ ਹੁਣ ਇੱਕ ਸਪਨਾ ਹੀ ਬਣਕੇ ਰਹਿ ਗਏ ਹਨ? ਬਿਲਕੁਲ ਨਹੀਂ।ਹੈਰਾਨੀ ਵਾਲੀ ਗਲ ਤਾਂ ਇਹ ਹੈ ਕਿ ਰੱਬ ਜੀ ਤਾਂ ਹੁਣ ਆਪਣੇ ਸਾਰਿਆਂ ਕੋਲ ਪਹੁੰਚ ਚੁੱਕੇ ਹਨ। ਹੁਣ ਤਾਂ ਰੱਬ ਜੀ ਪਹਿਲਾਂ ਨਾਲੋਂ ਵੀ ਜ਼ਿਆਦਾ ਕਰੀਬ ਹਨ ਅਤੇ ਜ਼ਿਆਦਾ ਤੇਜੀ ਨਾਲ ਸਿਖਿਆਵਾਂ ਦੇ ਰਹੇ ਹਨ।ਪਰ ਸਾਡੀਆਂ ਅੱਖਾਂ ਹੀ ਉਹਨਾਂ ਨੂੰ ਦੇਖ ਨਹੀਂ ਰਹੀਆਂ, ਸਾਡੇ ਕੰਨ ਹੀ ਉਹਨਾ ਨੂੰ ਸੁਣ ਨਹੀਂ ਰਹੇ, ਸਾਡਾ ਦਿਲ ਹੀ ਉਹਨਾਂ ਨੂੰ ਮਹਿਸੂਸ ਨਹੀਂ ਕਰ ਰਿਹਾ। ਸਹੀ ਗਲ ਤਾਂ ਇਹ ਹੈ ਕਿ ਅਸੀਂ ਉਹਨਾਂ ਨੂੰ ਦੇਖਣਾ , ਸੁਨਣਾ ਅਤੇ ਮਹਿਸੂਸ ਕਰਨਾ ਚਾਹੁੰਦੇ ਹੀ ਨਹੀਂ। ਰੱਬ ਜੀ ਆਪਣੀਆਂ ਸਿਖਿਆਵਾਂ ਹੁਣ ਸਾਨੂੰ ਟੀ. ਵੀ., ਰੇਡਿਓ, ਕੰਪਿਊਟਰ ਆਦਿ ਤਕਨੀਕੀ ਉਪਕਰਨਾਂ ਰਾਂਹੀ ਦੇ ਤਾਂ ਰਹੇ ਹਨ ਪਰ ਅਸੀਂ ਹੀ ਉਹਨਾਂ ਨੂੰ ਕਦੇ ਨਹੀਂ ਸੁਣਦੇ। ਕੀ ਕਦੇ ਕੋਈ ਅਜਿਹਾ ਸਮਾਂ ਰਿਹਾ, ਜਿਸ ਸਮੇਂ ਕੋਈ ਧਾਰਮਿਕ ਸੀਰੀਅਲ, ਜਾਂ ਨਾਟਕ ਨਹੀਂ ਬਣਦੇ ਸਨ, ਜਿਸ ਸਮੇਂ ਕੋਈ ਧਾਰਮਿਕ ਪੁਸਤਕ, ਲੇਖ ਨਹੀਂ ਲਿਖੇ ਗਏ? ਬਿਲਕੁਲ ਨਹੀਂ। ਰੱਬ ਜੀ ਤਾਂ ਅੱਜ ਹਰ ਮਾਧਿਅਮ ਦੇ ਰਾਂਹੀ ਸਾਡਾ ਮਾਰਗਦਰਸ਼ਨ ਕਰਦੇ ਰਹਿੰਦੇ ਹਨ। ਪਰ ਇਹ ਤਾਂ ਅਸੀਂ ਹੀ ਹਾਂ ਜੋ ਉਹਨਾਂ ਦੀ ਸਿਖਿਆਵਾਂ ਨੂੰ ਛੱਡਕੇ, ਉਹਨਾਂ ਦੇ ਬੋਲਾਂ ਨੂੰ ਸਮਝਣ ਦੀ ਜਗ੍ਹਾ ਫਿਲਮਾਂ, ਕਮੇਡੀ ਸ਼ੋਅ, ਸੱਸ ਬਹੂ ਆਦਿ ਸੀਰੀਅਲ ਦੇਖਦੇ ਰਹਿੰਦੇ ਹਾਂ।ਰੱਬ ਜੀ ਸਾਨੂੰ ਨਹੀਂ, ਅਸੀਂ ਖੁਦ ਰੱਬ ਜੀ ਨੂੰ ਛੱਡਦੇ ਜਾਂਦੇ ਹਾਂ, ਪਰ ਹੈਰਤ ਦੀ ਗਲ ਤਾਂ ਇਹ ਹੈ ਕਿ , ਅਸੀਂ ਫਿਰ ਵੀ ਕਹਿੰਦੇ ਹਾਂ “ਅਸੀਂ ਰੱਬ ਨੂੰ ਮੰਨਦੇ ਹਾਂ ।”

ਸਾਹਿਤਕਾਰ- ਅਮਨਪ੍ਰੀਤ ਸਿੰਘ

09465554088

"ਸੱਭ ਤੋਂ ਵੱਧ ਰੋਮਾਂਚਕ ਖੇਡ- ਜ਼ਿੰਦਗੀ"

ਜ਼ਿੰਦਗੀ ਇੱਕ ਮਜ਼ੇਦਾਰ ਖੇਡ ਹੈ। ਇਸ ਤੋਂ ਵੱਧ ਰੋਮਾਂਚਕ ਖੇਡ ਕੋਈ ਹੋਰ ਹੋ ਵੀ ਨਹੀਂ ਸਕਦੀ। ਇਹ ਇੱਕ ਵੀਡਿਓ ਗੇਮ ਦੀ ਤਰ੍ਹਾਂ ਹੈ। ਜਿਵੇਂ ਆਪਾਂ ਆਪਣੇ ਕਾਰਟੂਨ ਨੂੰ ਗੇਮ ਵਿੱਚ ਚਲਾਉਂਦੇ ਹਾਂ ਅਤੇ ਗੇਮ ਦਾ ਇੱਕ ਲੈਵਲ ਪਾਰ ਕਰਨ ਲਈ ਅਸੀਂ ਬਾਰ ਬਾਰ ਇੱਕ ਗੇਮ ਖੇਡਦੇ ਹਾਂ ਤਾਂ ਜੋ ਅਸੀਂ ਗੇਮ ਦੇ ਲੈਵਲ ਨੂੰ ਪਾਰ ਕਰਨ ਲਈ ਸਹੀ ਰਸਤਾ ਲੱਭ ਲਈਏ, ਠੀਕ ਉਸੀ ਤਰ੍ਹਾਂ ਅਸਲ ਜ਼ਿੰਦਗੀ ਦੀ ਖੇਡ ਵਿੱਚ ਅਸੀਂ ਆਪਣੀ ਆਤਮਾ ਦੁਆਰਾ ਸਰੀਰ ਨੂੰ ਚਲਾਉਂਦੇ ਹਾਂ ਤਾਂ ਜੋ ਆਪਾਂ ਆਪਣੇ ਅਸਲ ਜ਼ਿੰਦਗੀ ਦਾ ਲੈਵਲ (ਯਾਨੀ ਕਿ ਆਪਣੇ ਆਪ ਦੀ ਖੋਜ) ਨੂੰ ਪਾਰ ਕਰ ਸਕੀਏ। ਇਸ ਦੁਨੀਆ, ਇਸ ਜ਼ਿੰਦਗੀ ਤੋਂ ਬਿਨ੍ਹਾਂ ਆਪਾਂ ਆਪਣੇ ਆਪ ਦੀ ਖੋਜ ਕਰ ਹੀ ਨਹੀਂ ਸਕਦੇ। ਇਸ ਖੇਡ ਦਾ ਇੱਕੋ ਹੀ ਮੂਲ਼ ਨਿਯਮ ਹੈ-"ਸੱਚ ਤੇ ਚਲੋ"। ਸੋ ਸੱਭ ਆ ਜਾਓ ਆਪਣੇ-ਆਪਣੇ ਘਰਾਂ ਤੋਂ ਬਾਹਰ ਅਤੇ ਖੇਡੋ ਇਹ ਅਸਲ ਖੇਡ! ਲੱਭੋ ਆਪਣੇ ਆਪ ਨੂੰ, ਆਪਣੇ ਅੰਦਰ ਛਿੱਪੀ ਬਖਸ਼ੀ ਰੱਬੀ ਦਾਤ ਨੂੰ! ਕਰੋ ਹੋ ਕਰਨਾ ਚਾਹੁੰਦੇ ਹੋ! ਇਸ ਖੇਡ ਵਿੱਚ ਤੁਸੀਂ ਜੋ ਚਾਹੋ ਕਰ ਸਕਦੇ ਹੋ। ਕਰੋ ਹਰ ਤਰ੍ਹਾਂ ਦੇ ਚੰਗੇ ਕੰਮਾਂ ਨੂੰ, ਦੇਖੋ ਅਤੇ ਘੋਖੋ ਕਿ ਕੋਈ ਅਜਿਹਾ ਕੰਮ ਹੈ, ਜਿਸ ਵਿੱਚ ਤੁਸੀਂ ਪੂਰੀ ਤਰ੍ਹਾਂ ਲੀਨ ਹੋ ਜਾਂਦੇ ਹੋ, ਜੋ ਕਰਨ ਤੋਂ ਬਾਅਦ ਤੁਹਾਨੂੰ ਥਕਾਵਟ ਨਹੀਂ ਖੁਸ਼ੀ ਮਹਿਸੂਸ ਹੁੰਦੀ ਹੈ। ਜੇਕਰ ਤੁਹਾਨੂੰ ਕੋਈ ਅਜਿਹਾ ਕੰਮ ਲੱਭ ਗਿਆ ਹੈ ਤਾਂ ਸਮਝੋ ਕਿ ਤੁਸੀਂ ਅਸਲ ਜ਼ਿੰਦਗੀ ਦਾ ਇੱਕ ਲੈਵਲ ਪਾਰ ਕਰ ਲਿਆ ਹੈ ਅਤੇ ਆਪਣੇ ਅੰਦਰ ਛਿੱਪੀ ਤਾਕਤ ਨੂੰ ਲੱਭ ਲਿਆ ਹੈ। ਇਸੇ ਤਰ੍ਹਾਂ ਹੋਰ ਇਸ ਦੁਨੀਆ ਵਿੱਚ ਵਿਚਰਦੇ ਜਾਓ, ਬਾਹਰਲੀ ਦੁਨੀਆ ਦਾ ਰਗੜਾ ਲਗਾਉਂਦੇ ਜਾਓ ਅਤੇ ਆਪਣੇ ਆਪ ਨੂੰ ਤਿੱਖੀ ਤਲਵਾਰ ਬਣਾਉਂਦੇ ਜਾਓ! ਖੇਡੀ ਜਾਓ ਇਹ ਰੋਮਾਂਚਕ ਖੇਡ ਜਿੰਨ੍ਹਾਂ ਚਰ ਤੁਹਾਡੀ ਆਪਣੀ ਤਲਾਸ਼ ਖਤਮ ਨਹੀਂ ਹੋ ਜਾਂਦੀ।

ਸਾਹਿਤਕਾਰ- ਅਮਨਪ੍ਰੀਤ ਸਿੰਘ

ਵਟਸ ਅਪ: 09465554088

ਸਭ ਤੋਂ ਵਧੀਆ ਚੀਜ਼ਾਂ ਮਿਲਦੀਆਂ ਹਨ ਬਿਲਕੁੱਲ ਮੁਫਤ !

ਇਨਸਾਨ ਅੰਧਕਾਰ ਵਿੱਚ ਪੈਸੇ ਦੀ ਅਣਥੱਕ ਦੌੜ ਲਗਾ ਰਿਹਾ ਹੈ। ਇਹ ਦੌੜ ਉਸਨੂੰ ਕਿੱਥੇ ਲੈਕੇ ਜਾਵੇਗੀ, ਕੁੱਝ ਪਤਾ ਨਹੀਂ। ਵੈਸੇ ਜੇ ਆਪਾਂ ਕਿਸੇ ਵੀ ਇਨਸਾਨ ਨੂੰ ਪੁੱਛੀਏ ਕਿ ਦੁਨੀਆ ਵਿੱਚ ਸੱਭ ਤੋਂ ਸੋਹਣੀ ਚੀਜ਼ ਕਿਹੜੀ ਹੈ ਤਾਂ ਉਸਦਾ ਉੱਤਰ ਆਪਮੁਹਾਰੇ ਹੀ ਨਿਕਲ ਆਏਗਾ "ਕੁਦਰਤ"। ਜੇ ਪੁੱਛੀਏ "ਕੀ ਤੁਹਾਨੂੰ ਇੱਕ ਛੋਟੇ ਜਿਹੇ ਬੱਚੇ ਦੀ ਹੱਸੀ ਕਿਹੋ ਜਿਹੀ ਲੱਗਦੀ ਹੈ?" ਉੱਤਰ ਮਿਲੇਗਾ "ਆਨੰਦਮਈ ।" ਜੇ ਪੁੱਛੀਏ "ਜੇਕਰ ਤੁਹਾਨੂੰ ਸੱਚਾ ਪਿਆਰ ਮਿਲ ਜਾਵੇ ਤਾਂ ਤੁਹਾਨੂੰ ਕਿਸ ਤਰ੍ਹਾਂ ਲੱਗੇਗਾ?" "ਕੀ ਤੁਹਾਨੂੰ ਪੰਛੀਆਂ ਦਾ ਚਹਿਚਹਾਨਾ ਵਧੀਆ ਲੱਗਦਾ ਹੈ?" "ਕੀ ਤੁਹਾਨੂੰ ਵਰਖਾ ਤੋਂ ਬਾਅਦ ਮਿੱਟੀ ਦੀ ਖੁਸ਼ਬੋ ਚੰਗੀ ਲੱਗਦੀ ਹੈ?" ਇਹਨਾਂ ਸੱਭ ਪ੍ਰਸ਼ਨਾਂ ਦਾ ਉੱਤਰ ਤੁਹਾਨੂੰ ਹਾਂ ਵਿੱਚ ਹੀ ਮਿਲੇਗਾ। ਅਤੇ ਤੁਹਾਨੂੰ ਇਹ ਵੀ ਸੁਨਣ ਨੂੰ ਮਿਲੇਗਾ ਕਿ "ਇਹੋ ਹੀ ਤਾਂ ਸਹੀ ਦੁਨੀਆ ਹੈ! ਇਹੋ ਹੀ ਤਾਂ ਸਹੀ ਨਜ਼ਾਰਾ ਹੈ! ਇਸ ਤੋਂ ਇਲਾਵਾ ਸਾਰੀਆਂ ਭੌਤਿਕ ਚੀਜ਼ਾਂ ਤਾਂ ਵਿਅਰਥ ਹਨ!" ਹੈਰਾਨੀ ਵਲ ਗਲ ਤਾਂ ਇਹ ਹੈ ਕਿ ਜੇਕਰ ਹਰ ਇਨਸਾਨ ਨੂੰ ਇਹੋ ਹੀ ਚੀਜ਼ਾਂ ਸੱਭ ਤੋਂ ਵੱਧੀਆ ਲੱਗਦੀਆਂ ਹਨ ਤਾਂ ਫਿਰ ਉਹ ਪੈਸੇ ਦੇ ਪਿੱਛੇ ਕਿਉਂ ਅੰਨ੍ਹਾ ਹੋ ਕੇ ਪੈ ਗਿਆ ਹੈ। ਦੁਨੀਆ ਵਿੱਚ ਸੱਭ ਤੋਂ ਵੱਧ ਹਸੀਨ ਚੀਜ਼ਾਂ ਤਾਂ ਬਿਲਕੁਲ ਮੁਫਤ ਮਿਲ ਰਹੀਆਂ ਹਨ।ਸੱਚੀ ਦੋਸਤੀ, ਸੱਚਾ ਪਿਆਰ ਅਤੇ ਕੁਦਰਤੀ ਨਜ਼ਾਰੇ ਤਾਂ ਬਿਲਕੁਲ ਮੁਫਤ ਹਨ! ਪੈਸੇ ਨਾਲ ਤਾਂ ਸਿਰਫ ਸਵਾਰਥ ਹੀ ਖਰੀਦਿਆ ਜਾ ਸਕਦਾ ਹੈ। ਜੇ ਤੁਹਾਡੀ ਅਮੀਰੀ ਕਰਕੇ ਤੁਹਾਡੇ ਬਹੁਤ ਦੋਸਤ ਹਨ, ਬਹੁਤ ਜਾਣ ਪਹਿਚਾਣ ਹੈ, ਅਮੀਰ ਘਰ ਰਿਸ਼ਤਾ ਹੋਇਆ ਹੈ, ਤਾਂ ਅਜਿਹੇ ਰਿਸ਼ਤੇ ਨਿਰ-ਸਵਾਰਥ ਹੋ ਹੀ ਨਹੀਂ ਸਕਦੇ। ਅਜਿਹੀਆਂ ਰਿਸ਼ਤਿਆਂ ਵਿੱਚ ਸੱਚਾ ਪਿਆਰ ਕਦੇ ਨਹੀਂ ਮਿਲਦਾ। ਸੋ ਦੁਨੀਆ ਵਿੱਚ ਕੋਈ ਚਿੰਤਾ ਨਹੀਂ ਹੈ, ਕਿਸੇ ਕੋਲ ਕਿਸੇ ਵੀ ਚੀਜ਼ ਦੀ ਘਾਟ ਨਹੀਂ ਹੈ, ਕਿਉਂਕਿ ਹਸੀਨ ਦੁਨੀਆ ਵਿੱਚ ਹਰ ਹਸੀਨ ਚੀਜ਼ ਬਿਲਕੁਲ ਮੁਫਤ ਮਿਲਦੀ ਹੈ।

ਅਮਨਪ੍ਰੀਤ ਸਿੰਘ

09465554088

"ਸਹੀ ਇਤਿਹਾਸ ਦਾ ਵਿਸ਼ਾ ਕੀ ਹੈ?"

ਬੱਚਪਨ ਤੋਂ ਲੈਕੇ ਬੀ.ਏ. ਤੱਕ, ਜੋ ਵੀ ਇਤਿਹਾਸ ਦੀਆਂ ਪੁਸਤਕਾਂ ਮੇਰੇ ਪਾਠਕ੍ਰਮ ਵਿੱਚ ਆਈਆਂ, ਉਹਨਾਂ ਸਾਰੀਆਂ ਪੁਸਤਕਾਂ ਵਿੱਚੋਂ ਮੈਨੂੰ ਕੁੱਝ ਰਾਜਿਆਂ ਦੇ ਨਾਮ, ਉਹਨਾਂ ਦੀਆਂ ਜੰਗਾਂ ਦੇ ਨਾਮ ਅਤੇ ਮਿੱਤੀ, ਉਹਨਾਂ ਦੇ ਜਨਮ ਅਤੇ ਮੌਤ ਦੀ ਮਿੱਤੀ ਤੋਂ ਇਲਾਵਾ ਹੋਰ ਕੁੱਝ ਨਹੀਂ ਲੱਭਿਆ। ਇੰਨ੍ਹੇ ਸਾਰੇ ਨਾਮ ਅਤੇ ਮਿੱਤੀਆਂ ਯਾਦ ਕਰਕੇ ਮੈਂ ਚੰਗੇ ਨੰਬਰ ਤਾਂ ਲੈ ਗਿਆ, ਪਰ ਮੈਂ ਆਪਣੀ ਜ਼ਿੰਦਗੀ ਲਈ ਸਿੱਖਿਆ ਕੁੱਝ ਵੀ ਨਹੀਂ। ਕੀ ਇਹ ਨਾਮ ਅਤੇ ਮਿੱਤੀਆਂ ਹੀ ਇਤਿਹਾਸ ਹਨ! ਬੇਵਕੂਫੀ ਹੈ ਇਹ! ਇਤਿਹਾਸ ਉਹ ਹੁੰਦਾ ਹੈ, ਜਿਸ ਨੂੰ ਪੜ੍ਹਕੇ ਅਸੀਂ ਆਪਣੇ ਵਰਤਮਾਨ ਅਤੇ ਭਵਿੱਖ ਲਈ ਕੁੱਝ ਸਿੱਖਦੇ ਹਾਂ। ਇਤਿਹਾਸ ਉਹ ਹੁੰਦਾ ਹੈ ਜਿਸ ਤੋਂ ਸਾਨੂੰ ਆਪਣੀਆਂ ਭੂਤਕਾਲ ਵਿੱਚ ਕੀਤੀਆਂ ਗਲਤੀਆਂ ਦਾ ਪਤਾ ਲਗਦਾ ਹੈ ਤਾਂ ਜੋ ਅਸੀਂ ਇਹੋ ਗਲਤੀਆਂ ਵਰਤਮਾਨ ਅਤੇ ਭਵਿੱਖ ਵਿੱਚ ਨਾ ਦੁਹਰਾਈਏ। ਮੈਂ ਇਸ਼ਾਰਾ ਮਹਾਨ ਵਿਅਕਤੀਆਂ ਦੇ ਤਜਰਬੇ ਅਤੇ ਸੋਚ ਤੇ ਕਰ ਰਿਹਾ ਹਾਂ। ਇਤਿਹਾਸ ਦੀਆਂ ਕਿਤਾਬਾਂ ਵਿੱਚ ਮਿੱਤੀਆਂ ਹੋਣ ਜਾਂ ਨਾ ਹੋਣ, ਪਰ ਉਹਨਾਂ ਮਹਾਨ ਵਿਅਕਤੀਆਂ ਦੀ ਵਿਚਾਰ ਧਾਰਾ ਬਾਰੇ ਵਿਸਥਾਰ ਵਿੱਚ ਲਿੱਖਿਆ ਹੋਣਾ ਜ਼ਰੂਰੀ ਹੈ। ਉਹ ਕੀ ਸੋਚਦੇ ਸੀ ਜ਼ਿੰਦਗੀ ਬਾਰੇ? ਉਹਨਾਂ ਨੇ ਇਹ ਜੰਗਾਂ ਕਿਉਂ ਅਤੇ ਕਿਹੜੀ ਸੋਚ ਮੁੱਖ ਰੱਖਕੇ ਲੜੀਆਂ? ਉਹਨਾਂ ਨੇ ਆਪਣੀ ਜ਼ਿੰਦਗੀ ਵਿੱਚੋਂ ਕੀ ਸਿੱਖਿਆ? ਉਹ ਕੀ ਸਮਝਦੇ ਸਨ ਕਿ ਸਹੀ ਤਰੀਕਾ ਜ਼ਿੰਦਗੀ ਜਿਉਣ ਦਾ ਕਿਹੜਾ ਹੈ? ਉਹਨਾਂ ਨੇ ਕਿਹੜੀਆਂ ਆਪਣੇ ਜੀਵਨ ਵਿੱਚ ਭੁੱਲਾਂ ਕੀਤੀਆਂ ਅਤੇ ਉਹਨਾਂ ਨੇ ਆਪਣੀਆਂ ਭੁੱਲਾਂ ਨੂੰ ਕਿਵੇਂ ਸੁਧਾਰਿਆ? ਅਜਿਹੇ ਪ੍ਰਸ਼ਨਾਂ ਦੇ ਉੱਤਰ ਸਹੀ ਇਤਿਹਾਸ ਦਾ ਵਿਸ਼ਾ ਬਣਾਉਂਦੇ ਹਨ। ਅਜਿਹੀਆਂ ਹੀ ਗਲਾਂ ਅੱਜ ਦੀ ਨੌਜਵਾਨ ਪੀੜ੍ਹੀ ਨੂੰ ਜਿਉਣ ਦਾ ਮਕਸਦ ਦੇ ਸਕਦੀਆਂ ਹਨ। ਸਿਰਫ ਅਜਿਹੀਆਂ ਹੀ ਗਲਾਂ ਇੱਕ ਆਮ ਇਨਸਾਨ ਨੂੰ ਤਰਾਸ਼ ਕੇ ਮਹਾਨ ਬਣਾ ਸਕਦੀਆਂ ਹਨ।

ਸਾਹਿਤਕਾਰ ਅਮਨਪ੍ਰੀਤ ਸਿੰਘ

ਵਟਸ ਅਪ: 09465554088

"ਸਹੀ ਸਿਖਿਆ ਕੀ ਹੈ?"

ਅੱਜਕੱਲ੍ਹ ਇਹ ਮੰਨਿਆ ਜਾਂਦਾ ਹੈ ਕਿ ਪੜ੍ਹਾਈ ਦਾ ਪੱਧਰ ਬਹੁਤ ਉੱਚਾ ਹੋ ਗਿਆ ਹੈ। ਕਦੇ ਅਜਿਹਾ ਵੀ ਸਮਾਂ ਹੁੰਦਾ ਸੀ, ਜਦੋਂ ਵਿਦਿਆਰਥੀਆਂ ਨੂੰ ਛੇਵੀਂ ਜਮਾਤ ਵਿੱਚ ਏ, ਬੀ, ਸੀ ਲਗਦੀ ਸੀ। ਹੁਣ ਤਾਂ ਪਹਿਲੀ ਤੋਂ ਵੀ ਪਹਿਲਾਂ ਏ, ਬੀ, ਸੀ ਸਿਖਾਉਣੀ ਸ਼ੁਰੂ ਕਰ ਦਿੱਤੀ ਗਈ ਹੈ। ਸਿਰਫ ਅੰਗਰੇਜੀ ਦਾ ਹੀ ਨਹੀਂ ਹਰ ਵਿਸ਼ੇ ਦਾ ਪਾਠਕ੍ਰਮ ਚੌਗਣਾ ਕਰ ਦਿੱਤਾ ਗਿਆ ਹੈ। ਪੜ੍ਹਾਈ ਦਿਨੋ-ਦਿਨ ਔਖੀ ਕੀਤੀ ਜਾ ਰਹੀ ਹੈ। ਬੱਚਿਆਂ ਦੇ ਬਸਤੇ ਦਾ ਭਾਰ ਦਿਨੋ-ਦਿਨ ਵੱਧ ਰਿਹਾ ਹੈ। ਪਰ ਗਲ ਸੋਚਣ ਵਾਲੀ ਇਹ ਹੈ ਕਿ "ਕੀ ਇਹ ਵੱਧ ਰਿਹਾ ਪਾਠਕ੍ਰਮ, ਵੱਧ ਰਹੀ ਪੜ੍ਹਾਈ, ਬੱਚਿਆਂ ਨੂੰ ਲਾਭਕਾਰੀ ਇਨਸਾਨ ਬਣਾ ਰਹੀ ਹੈ?" ਜੇ ਆਪਾਂ ਆਪਣੀ ਨਜ਼ਰ ਆਪਣੇ ਆਲੇ-ਦੁਆਲੇ ਘੁਮਾ ਕੇ ਦੇਖੀਏ ਤਾਂ ਸੱਚਾਈ ਕੁੱਝ ਹੋਰ ਹੀ ਪ੍ਰਤੀਤ ਹੁੰਦੀ ਹੈ। ਚੰਗੇ ਇੰਜੀਨੀਅਰਿੰਗ ਜਾਂ ਹੋਰ ਮਸ਼ਹੂਰ ਕਾਲਜਾਂ ਦੀ ਗਲ ਕਰੀਏ, ਜਿੱਥੇ ਇੱਕ ਵਿਦਿਆਰਥੀ ਦਾ ਦਾਖਲਾ ਬਹੁਤ ਹੀ ਕਠਿਨ ਪ੍ਰੀਖਿਆ ਨੂੰ ਪਾਰ ਕਰਕੇ ਮਿਲਦਾ ਹੈ, ਉਹਨਾਂ ਕਾਲਜਾਂ ਵਿੱਚ ਵੀ ਰੈਗਿੰਗ ਦੇ ਕੇਸ ਪਾਏ ਜਾਂਦੇ ਹਨ। ਹੈਰਾਨੀ ਵਾਲੀ ਗਲ ਤਾਂ ਇਹ ਹੈ ਕਿ ਅਜਿਹੇ ਕਾਲਜਾਂ ਵਿੱਚ, ਜਿੱਥੇ ਹੋਣਹਾਰ ਅਤੇ ਬਹੁਤ ਹੀ ਹੁਸ਼ਿਆਰ ਵਿਦਿਆਰਥੀ ਪੜ੍ਹਦੇ ਹਨ, ਉਹ ਹੀ ਸਾਰੇ ਵਿਦਿਆਰਥੀ ਇੱਕ ਦੂਜੇ ਦੀ ਰੈਗਿੰਗ ਕਰਦੇ ਹਨ। ਜਿੰਨ੍ਹਾਂ ਵਿਦਿਆਰਥੀਆਂ ਨੂੰ ਅਸੀਂ ਦੇਸ਼ ਦਾ ਭਵਿੱਖ ਮੰਨਦੇ ਹਾਂ, ਉਹ ਵਿਦਿਆਰਥੀ ਆਪਣਾ ਕੈਰੀਅਰ ਸ਼ੁਰੂ ਕਰਨ ਤੋਂ ਪਹਿਲਾਂ ਹੀ ਜ਼ੁਰਮ ਕਰਨ ਲੱਗ ਜਾਂਦੇ ਹਨ।ਇੰਨ੍ਹਾਂ ਪੜ੍ਹ ਲਿੱਖ ਕੇ ਉਹ ਅਜਿਹਾ ਜ਼ੁਰਮ ਕਿਵੇਂ ਕਰ ਸਕਦੇ ਹਨ! ਇਸ ਗਲ ਨੂੰ ਬਹੁਤ ਹੀ ਗੰਭੀਰਤਾ ਨਾਲ ਸੋਚਣ ਦੀ ਲੋੜ ਹੈ। ਇਹ ਗਲ ਕਿਤੇ ਨਾ ਕਿਤੇ ਇਸ਼ਾਰਾ ਸਿਖਿਆ ਪ੍ਰਣਾਲੀ ਦੇ ਵਿੱਚ ਕਮੀਆਂ ਨੂੰ ਕਰਦੀ ਹੈ। ਤਰਕ ਦੇ ਵਿਕਾਸ ਲਈ ਵਿਦਿਆਰਥੀ ਗਣਿਤ ਪੜ੍ਹਦਾ ਹੈ। ਵਿਗਿਆਨਿਕ ਦ੍ਰਿਸ਼ਟੀ ਦੇ ਵਿਕਾਸ ਲਈ ਵਿਦਿਆਰਥੀ ਵਿਗਿਆਨ ਪੜ੍ਹ ਲੈਂਦਾ ਹੈ। ਪਰ ਇਨਸਾਨੀਅਤ ਦੇ ਵਿਕਾਸ ਲਈ, ਵਿਦਿਆਰਥੀ ਕੀ ਪੜ੍ਹੇ? ਇਨਸਾਨੀਅਤ ਦੇ ਵਿਕਾਸ ਲਈ ਤਾਂ ਕੋਈ ਚੱਜ ਦਾ ਵਿਸ਼ਾ ਤਾਂ ਬਣਿਆ ਹੀ ਨਹੀਂ ਹੈ। ਇਤਿਹਾਸ ਦੀਆਂ ਕਿਤਾਬਾਂ ਤੋਂ ਵਿਦਿਆਰਥੀਆਂ ਨੂੰ ਇਨਸਾਨੀਅਤ ਸਿੱਖਣ ਦੀ ਆਸ ਮਿਲ ਸਕਦੀ ਸੀ, ਪਰ ਅੱਜਕੱਲ੍ਹ ਤਾਂ ਇਤਿਹਾਸ ਦੀਆਂ ਕਿਤਾਬਾਂ ਮਹਿਜ਼ ਮਿਤੀਆਂ ਅਤੇ ਨਾਵਾਂ ਤੋਂ ਇਲਾਵਾ ਕੁੱਝ ਦੱਸਿਆ ਹੀ ਨਹੀਂ ਗਿਆ ਹੈ। ਨੈਤਿਕ ਸਿੱਖਿਆ ਦਾ ਵਿਸ਼ਾ ਜੋ ਸਿਰਫ ਅੱਠਵੀਂ ਯਾ ਵੱਧ ਤੋਂ ਵੱਧ ਦੱਸਵੀਂ ਤੱਕ ਹੁੰਦਾ ਹੈ, ਉਨਹਾਂ ਵਿੱਚ ਸਿਰਫ ਨੈਤਿਕ ਸਿਖਿਆ ਦੇਣ ਦਾ ਦਿਖਾਵਾ ਕੀਤਾ ਹੁੰਦਾ ਹੈ। "ਕਦੇ ਝੂਠ ਨਾ ਬੋਲੋ, ਹੱਕ ਦੀ ਕਮਾਈ ਕਰੋ, ਕਦੇ ਪਾਪ ਨਾ ਕਰੋ" ਇਨਹਾਂ ਆਮ ਜਿਹੀਆਂ ਗਲਾਂ ਤੋਂ ਇਲਾਵਾ ਨੈਤਿਕ ਸਿਖਿਆ ਦੇ ਵਿਸ਼ੇ ਵਿੱਚ ਕੁੱਝ ਹੋਰ ਨਹੀਂ ਮਿਲਦਾ। ਇਸ ਵਿਸ਼ੇ ਵਿੱਚ ਕਦੇ ਵੀ ਸੱਚ ਦੀ ਤਾਕਤ ਅਤੇ ਧਰਮ ਬਾਰੇ ਡੂੰਘਾਈ ਨਾਲ ਗਲ ਨਹੀਂ ਕੀਤੀ ਜਾਂਦੀ। ਜੇਕਰ ਇੰਨ੍ਹਾਂ ਗਲਾਂ ਨੂੰ ਮਨੋਵਿਗਿਆਨਿਕ ਤੱਥਾਂ ਨਾਲ ਸਮਝਾਇਆ ਜਾਵੇ, ਫਿਰ ਹੀ ਇਹ ਗਲਾਂ ਵਿਦਿਆਰਥੀ 'ਤੇ ਅਸਰ ਕਰ ਸਕਦੀਆਂ ਹਨ, ਨਹੀਂ ਤਾਂ ਨੈਤਿਕ ਸਿਖਿਆ ਦਾ ਵਿਸ਼ਾ ਵੀ ਸਿਰਫ ਨੰਬਰ ਲੈਣ ਤੱਕ ਹੀ ਸੀਮਤ ਰਹਿ ਜਾਵੇਗਾ। ਵਿਦਿਆਰਥੀ ਦਾ ਪੜ੍ਹ ਲਿਖ ਕੇ ਦਿਮਾਗ ਤਾਂ ਤੇਜ਼ ਹੋ ਜਾਂਦਾ ਹੈ, ਪਰ ਉਸ ਤੇਜ਼ ਦਿਮਾਗ ਨੂੰ ਚੰਗੇ ਪਾਸੇ ਕਿਵੇਂ ਵਰਤਿਆ ਜਾਵੇ, ਅਤੇ ਉਸਨੂੰ ਗਲਤ਼ ਪਾਸੇ ਜਾਣ ਤੋਂ ਕਿਵੇਂ ਰੋਕਿਆ ਜਾਵੇ, ਅਜਿਹਾ ਵਿਸ਼ਾ ਅੱਜਤੱਕ ਨਹੀਂ ਬਣਿਆ। ਸੋ ਅੰਤ ਹੋ ਕੀ ਰਿਹਾ ਹੈ, ਵਿਦਿਆਰਥੀਆਂ ਦਾ ਪੜ੍ਹਾਈ ਕਰਨ

ਨਾਲ ਦਿਮਾਗ ਤਾਂ ਤੇਜ਼ ਹੋ ਰਿਹਾ ਹੈ, ਪਰ ਉਹ ਤੇਜ਼ ਦਿਮਾਗ ਚੰਗੇ ਪਾਸੇ ਵਰਤੋ ਆਉਣ ਦੀ ਜਗ੍ਹਾ, ਮਾੜੇ ਪਾਸੇ ਨੂੰ ਮੁੜ ਗਿਆ ਹੈ। ਉਹਨਾਂ ਦਾ ਦਿਮਾਗ ਪੂਰੀ ਤਰ੍ਹਾਂ ਨੈਤਿਕ ਸਿਖਿਆ ਤੋਂ ਵਾਂਝਾ ਹੋ ਚੁੱਕਾ ਹੈ। ਫਿਰ ਅਜਿਹੇ ਵਿਦਿਆਰਥੀ ਨੂੰ ਸਾਰੀ ਉਮਰ ਸਿਖਿਆ ਲੈਣ ਦਾ ਫਾਇਦਾ ਹੀ ਕੀ ਹੋਇਆ, ਜੇ ਉਹ ਇਨਸਾਨ ਹੀ ਨਾ ਬਣ ਪਾਏ। ਅਜਿਹੀ ਸਿਖਿਆ ਦਾ ਕੀ ਫਾਇਦਾ ਹੋ ਵਿਦਿਆਰਥੀਆਂ ਨੂੰ ਇਹ ਹੀ ਨਾ ਸਿਖਾ ਸਕੀ ਕਿ ਰੈਗਿੰਗ ਇੱਕ ਜ਼ੁਰਮ ਹੈ! ਸੋ ਸਾਨੂੰ ਜਲਦ ਤੋਂ ਜਲਦ ਸਿਖਿਆ ਪ੍ਰਣਾਲੀ ਨੂੰ ਸੋਧਣਾ ਚਾਹੀਦਾ ਹੈ ਅਤੇ ਅਜਿਹਿਆਂ ਵਿਸ਼ਿਆਂ ਨੂੰ ਹੋਂਦ ਵਿੱਚ ਲਿਆਉਣਾ ਚਾਹੀਦਾ ਹੈ, ਜਿੰਨ੍ਹਾਂ ਨੂੰ ਪੱੜ੍ਹ ਕੇ ਵਿਦਿਆਰਥੀ ਇੱਕ ਤੇਜ਼ ਦਿਮਾਗ ਵਾਲਾ ਜਾਨਵਰ ਨਹੀਂ, ਤੇਜ਼ ਦਿਮਾਗ ਵਾਲਾ ਇਨਸਾਨ ਬਣੇ।

ਸਾਹਿਤਕਾਰ ਅਮਨਪ੍ਰੀਤ ਸਿੰਘ

ਵਟਸ ਅਪ: 09465554088

"ਸਾਰੇ ਆਪਣੇ ਵਰਗੇ ਹੀ ਹਨ"

ਕੋਈ ਕਿਸੇ ਤੋਂ ਮਹਾਨ ਨਹੀਂ, ਕੋਈ ਜ਼ਿਆਦਾ ਗੁਣਵਾਨ ਨਹੀਂ, ਕੋਈ ਜ਼ਿਆਦਾ ਤਾਕਤਵਰ ਨਹੀਂ, ਕੋਈ ਜ਼ਿਆਦਾ ਡਰਪੋਕ ਨਹੀਂ, ਅਸਲ ਵਿੱਚ ਸਾਰੇ ਹੀ ਆਪਣੇ ਵਰਗੇ ਹਨ। ਜਦ ਮੈਂ ਕਾਲਜ ਪੜ੍ਹਦਾ ਸੀ, ਉੱਥੇ ਮੈਨੂੰ ਇੱਕ ਲੜਕਾ ਬਹੁਤ ਪਰੇਸ਼ਾਨ ਕਰਦਾ ਸੀ। ਮੈਨੂੰ ਗਲਤ ਬੋਲਣਾ, ਹੁਕਮ ਚਲਾਉਣਾ ਆਦਿ। ਇੱਕ ਦਿਨ ਮੈਂ ਪਰੇਸ਼ਾਨ ਹੋ ਕੇ ਕੁੱਝ ਨਾਮੀ ਲੜਾਕਿਆਂ ਨਾਲ ਗਲ ਕੀਤੀ। ਦੋ ਨਾਮੀ ਮੁੰਡੇ ਮੇਰੀ ਮੱਦਦ ਲਈ ਤਿਆਰ ਹੋ ਗਏ, ਉਹ ਮੇਰੀ ਮੱਦਦ ਲਈ ਕਾਲਜ ਵੀ ਪਹੁੰਚ ਗਏ। ਉਹਨਾਂ ਵਿੱਚੋਂ ਇੱਕ ਮੁੰਡਾ ਮੇਰਾ ਦੋਸਤ ਸੀ ਜੋ ਖੁਦ ਨਹੀਂ ਲੜਾਈ ਕਰਦਾ ਸੀ ਅਤੇ ਦੂਜਾ ਨਾਮੀ ਲੜਨ ਵਾਲਾ ਸੀ, ਪਰ ਉਹਨਾਂ ਦੋਹਾਂ ਨੂੰ ਇਹ ਨਹੀਂ ਪਤਾ ਸੀ ਕਿ ਮੈਨੂੰ ਕੌਣ ਪਰੇਸ਼ਾਨ ਕਰਦਾ ਹੈ। ਕਿਤੇ ਨਾ ਕਿਤੇ ਉਹਨਾਂ ਨੂੰ ਅੰਦਰੋਂ ਇਹ ਸੀ ਕਿ ਪਤਾ ਨਹੀਂ ਉਹ ਕੌਣ ਹੋਵੇਗਾ। ਪਹਿਲਾਂ ਤਾਂ ਲੜਾਕੇ ਮੁੰਡੇ ਨੇ ਕਾਲਜ ਪਹੁੰਚਦਿਆਂ ਹੀ, ਆਪਣੇ ਦੋਸਤਾਂ ਕੋਲ ਚਲਾ ਗਿਆ ਅਤੇ ਉਹਨਾਂ ਤੋਂ ਪਰੇਸ਼ਾਨ ਕਰਨ ਵਾਲੇ ਲੜਕੇ ਦੀ ਪੜਤਾਲ ਕਰਨ ਲਗ ਗਿਆ। ਮੈਂ ਉਸਨੂੰ ਕਿਹਾ ਕਿ ਆਪਾਂ ਗੇਟ ਤੇ ਖੜ੍ਹੇ ਹੋ ਜਾਂਦੇ ਹਾਂ, ਜੇ ਆਪਾਂ ਇੱਧਰ ਉਧਰ ਘੁੰਮਦੇ ਰਹੇ ਤਾਂ ਲੜਕਾ ਕਿਧਰੇ ਨਿਕਲ ਜਾਵੇਗਾ। ਪਰ ਉਸਨੇ ਮੇਰੀ ਗਲ ਨਾ ਮੰਨੀ, ਅਤੇ ਉਹ ਲੜਕਾ ਕਦ ਕਾਲਜ ਤੋਂ ਬਾਹਰ ਚਲਾ ਗਿਆ, ਸਾਨੂੰ ਪਤਾ ਵੀ ਨਹੀਂ ਲੱਗਾ। ਬਾਅਦ ਵਿੱਚ ਲੜਾਕੇ ਲੜਕੇ ਨੇ ਮੈਨੂੰ ਫੋਕੇ ਫੈਂਟਰ ਮਾਰੇ ਕਿ ਆਪਾਂ ਤਾਂ ਉਸਨੂੰ ਘਰੋਂ ਵੀ ਚੱਕ ਲਾਂਗੇ, ਯੇ..ਵੋ..। ਪਰ ਮੈਂ ਉਸਦੀ ਅੱਖਾਂ ਵਿੱਚ ਡਰ ਪੜ੍ਹ ਲਿਆ ਸੀ। ਅਸਲ ਵਿੱਚ ਉਸਦੀ ਹਿੰਮਤ ਹੀ ਨਹੀਂ ਪਈ ਅਣਜਾਨ ਲੜਕੇ ਦਾ ਸਾਹਮਣਾ ਕਰਨ ਦੀ। ਫਿਰ ਮੈਂ ਸਮਝ ਗਿਆ ਕਿ ਸਾਰਿਆਂ ਦੇ ਦਿਲਾਂ ਵਿੱਚ ਇੱਕੋ ਜਿੰਨ੍ਹਾਂ ਹੀ ਡਰ ਹੁੰਦਾ ਹੈ, ਚਾਹੇ ਉਹ ਆਮ ਆਦਮੀ ਹੋ, ਚਾਹੇ ਗੁੰਡਾ। ਇਹ ਸਮਝਦਿਆਂ ਹੀ ਮੇਰੇ ਦਿਲ ਵਿੱਚੋਂ ਡਰ ਖਤਮ ਹੋ ਗਿਆ।

ਸਾਹਿਤਕਾਰ- ਅਮਨਪ੍ਰੀਤ ਸਿੰਘ

ਵਟਸ ਅਪ: 09465554088

"ਸਿਆਣਾ ਕੌਣ ਹੈ"

ਅੱਜਕੱਲ੍ਹ ਤਾਂ ਹਰ ਕੋਈ ਸਿਆਣਾ ਹੈ। ਜਿਸ ਤੋਂ ਮਰਜੀ ਸਲਾਹ ਲੈਲੋ, ਖਾਸ ਕਰਕੇ ਭਾਰਤ ਵਿੱਚ, ਤੁਹਾਨੂੰ ਹਰ ਸਲਾਹ ਬਿਲਕੁਲ ਮੁਫਤ ਮਿਲੇਗੀ। ਚਾਹੇ ਤੁਸੀਂ ਨੌਕਰੀ ਵਾਲੇ ਬੰਦੇ ਤੋਂ ਬਿਜ਼ਨਸ ਬਾਰੇ ਸਲਾਹ ਲੈ ਲੋ, ਚਾਹੇ ਬਿਜ਼ਨਸ ਵਾਲੇ ਬੰਦੇ ਤੋਂ ਨੌਕਰੀ ਬਾਰੇ, ਅਜਿਹੇ ਦੋਨੋ ਬੰਦੇ ਤੁਹਾਨੂੰ ਪੂਰੇ ਮਨ ਨਾਲ, ਪੂਰੇ ਸਿਆਣੇ ਬਣਕੇ ਤੁਹਾਨੂੰ ਸਲਾਹ ਦੇਣਗੇ, ਭਾਂਵੇ ਉਹਨਾਂ ਨੂੰ ਕੁੱਝ ਵੀ ਨਾ ਪਤਾ ਹੋਵੇ। ਇੱਥੋਂ ਤੱਕ ਕਿ ਤੁਸੀਂ ਕਿਸੇ ਮਜਦੂਰ ਤੋਂ ਵੀ ਸਿਆਸਤ ਦੀ ਸਲਾਹ ਲੈ ਸਕਦੇ ਹੋ, ਉਹ ਵੀ ਮਨਾ ਨਹੀਂ ਕਰੇਗਾ। ਇਹ ਗਲ ਸੁਨਣ ਵਿੱਚ ਹਾਸੇ ਵਾਲੀ ਲਗਦੀ ਹੈ, ਪਰ ਤੁਸੀਂ ਇਹ ਤਜਰਬਾ ਖੁਦ ਅਜ਼ਮਾ ਕੇ ਲੈ ਸਕਦੇ ਹੋ। ਕੁੱਝ ਹੀ ਦਿਨ ਪਹਿਲਾਂ ਮੈਂ ਇੱਕ ਆਪਣਾ ਆਰਟੀਕਲ ਲਿੱਖ ਕੇ ਦੋਸਤ ਨੂੰ ਭੇਜਿਆ ਵਟਸ ਅਪ ਤੇ, ਉਸਦਾ ਜਵਾਬ ਪੜ੍ਹ ਕੇ ਮੈਨੂੰ ਬਹੁਤ ਹੀ ਹਾਸਾ ਆਇਆ। ਉਸਨੇ ਕਿਹਾ ਕਿ "ਮੈਨੂੰ ਇਹ ਜਾਣਕੇ ਬਹੁਤ ਖੁਸ਼ੀ ਹੋਈ ਕਿ ਮੇਰੇ ਕੁੱਝ ਪੁਰਾਣੇ ਮਿੱਤਰ, ਹੁਣ ਮੇਰੀਆਂ ਪੁਰਾਣੇ ਸਮੇਂ ਵਿੱਚ ਕਹੀਆਂ ਗਲਾਂ ਨੂੰ ਮੰਨਣ ਲਗ ਗਏ ਹਨ।" ਇਹ ਪੜ੍ਹਦਿਆਂ ਹੀ ਮੇਰੇ ਦਿਮਾਗ ਵਿੱਚ ਗਲ ਆਈ ਕਿ "ਸੱਚ ਹੀ ਕਿਸੀ ਨੇ ਕਿਹਾ- ਭਾਰਤ ਵਿੱਚ ਸਿਆਣਿਆਂ ਦੀ ਕੋਈ ਕਮੀ ਨਹੀਂ ਹੈ।" ਪਰ ਅਸਲ ਵਿੱਚ ਸਿਆਣਾ ਕੌਣ ਹੈ? ਮੈਂ ਇਹ ਮੰਨਦਾ ਹਾਂ ਕਿ ਜੋ ਲੋਕ ਆਪਣੇ ਆਪ ਨੂੰ ਕਦੇ ਸਿਆਣਾ ਨਹੀਂ ਸਮਝਦੇ, ਜਿਹੜੇ ਲੋਕਾਂ ਦਾ ਦਿਮਾਗ ਹਮੇਸ਼ਾਂ ਖੁਲ੍ਹਾ ਰਹਿੰਦਾ ਹੈ ਕਿਸੇ ਨਵੇਂ ਵਿਚਾਰ ਦਾ ਸਤਿਕਾਰ ਕਰਨ ਲਈ, ਜਿਹੜੇ ਲੋਕ ਕਿਸੇ ਪਾਗਲ ਤੋਂ ਵੀ ਕੁੱਝ ਨਾ ਕੁੱਝ ਨਵਾਂ ਸਿੱਖਣ ਦੀ ਸਮੱਰਥਾ ਰੱਖਦੇ ਹਨ, ਅਸਲ ਵਿੱਚ ਇਹੋ ਹੀ ਲੋਕ ਸਿਆਣੇ ਹੁੰਦੇ ਹਨ।

ਸ਼ਾਹਿਤਕਾਰ- ਅਮਨਪ੍ਰੀਤ ਸਿੰਘ

ਵਟਸ ਅਪ- 09465554088

"ਸਿਖਿਆ ਪ੍ਰਣਾਲੀ ਵਿੱਚ ਸੀ.ਸੀ.ਈ. ਦੇ ਸੱਚ"

ਜਦੋਂ ਬੱਚਿਆਂ ਦੇ ਸਿਰ ਤੇ ਪੜ੍ਹਾਈ ਦਾ ਬੋਝ ਵੱਧ ਰਿਹਾ ਦੇਖਿਆ ਗਿਆ ਤਾਂ ਸੀ.ਸੀ.ਈ. ਨੂੰ ਸਿੱਖਿਆ ਪ੍ਰਣਾਲੀ ਵਿੱਚ ਸ਼ਾਮਿਲ ਕੀਤਾ ਗਿਆ। ਸੀ.ਸੀ.ਈ ਦਾ ਮਤਲਬ ਹੈ ਕੰਟੀਨਿਊਜ਼ ਕੰਪਰੀਹੈਂਨਸਿਵ ਇਵੈਲਿਯੂਏਸ਼ਨ, ਭਾਵ ਬੱਚਿਆਂ ਦਾ ਮੁਲਾਂਕਣ ਲਗਾਤਾਰ ਸਾਰਾ ਸਾਲ ਹੀ ਕੀਤਾ ਜਾਵੇਗਾ। ਪਹਿਲਾਂ ਸਕੂਲਾਂ ਵਿੱਚ ਬੱਚਿਆਂ ਦੇ ਸਾਲ ਵਿੱਚ ਤਿੰਨ ਵਾਰ ਹੀ ਪੱਕੇ ਪੇਪਰ ਹੁੰਦੇ ਸਨ। ਪਰ ਇਹ ਦੇਖਿਆ ਗਿਆ ਕਿ ਜੇਕਰ ਬੱਚਾ ਪੇਪਰ ਵਾਲੇ ਦਿਨ ਬਿਮਾਰ ਹੋ ਜਾਵੇ, ਤਾਂ ਉਸਦੇ ਸਾਰੇ ਸਾਲ ਦੀ ਮਿਹਨਤ ਖਰਾਬ ਹੋ ਜਾਂਦੀ ਹੈ। ਬੱਚਿਆਂ ਦੇ ਦਿਮਾਗ ਤੇ ਇੱਕੋ ਵਾਰ ਸਾਰਾ ਪ੍ਰੀਖਿਆਂ ਦਾ ਬੋਝ ਪੈ ਜਾਂਦਾ ਹੈ। ਸੀ.ਸੀ.ਈ. ਦੇ ਆਉਣ ਨਾਲ ਹੁਣ ਬੱਚੇ ਦੇ ਛੋਟੇ ਛੋਟੇ ਪੇਪਰ ਲਗਾਤਾਰ ਹੀ ਹੁੰਦੇ ਰਹਿੰਦੇ ਹਨ ਅਤੇ ਅਸੈਸਮੈਂਟ ਵੀ ਲਗਦੀ ਰਹਿੰਦੀ ਹੈ, ਇਹ ਮੰਨਿਆ ਗਿਆ ਕਿ ਹੁਣ ਬੱਚਿਆਂ ਤੇ ਬੋਝ ਘੱਟ ਜਾਵੇਗਾ। ਪਰ ਕੀ ਬੋਝ ਸੱਚਮੁੱਚ ਘੱਟ ਗਿਆ ਹੈ? ਬਿਲਕੁਲ ਨਹੀਂ। ਹੁਣ ਤੁਹਾਨੂੰ ਮੈਂ ਸੀ.ਸੀ.ਈ. ਦਾ ਸੱਚ ਦੱਸਦਾ ਹਾਂ। ਮੈਂ ਕੁੱਝ ਦੇਰ ਸੀ.ਬੀ.ਐੱਸ.ਈ. ਸਕੂਲ ਵਿੱਚ ਕੰਮ ਕੀਤਾ ਸੀ। ਉੱਥੇ ਮੈਂ ਅੰਗਰੇਜੀ ਦਾ ਅਧਿਆਪਕ ਸੀ। ਉੱਥੇ ਮੈਨੂੰ ਕਿਹਾ ਗਿਆ ਕਿ ਮੈਂ ਇੱਕ ਜਮਾਤ ਦੇ ਇੱਕ ਵਿਸ਼ੇ ਦਾ ਮਹੀਨੇ ਵਿੱਚ ਘਟੋ ਘਟ ਤਿੰਨ ਵਾਰ 20 ਅੰਕਾਂ ਦਾ ਪੇਪਰ ਲਵਾਂ ਅਤੇ ਮਹੀਨੇ ਵਿੱਚ ਉਹਨਾਂ ਤੋਂ ਇੱਕ ਅਸਾਈਨਮੈਂਟ ਵੀ ਬਣਵਾਵਾਂ ਅਤੇ ਇਹਨਾਂ ਸਾਰਿਆਂ ਨੂੰ ਮਿਲਾ ਕੇ ਹੀ ਉਹਨਾਂ ਦੀ ਅਸੈਸਮੈਂਟ ਨਿਰਧਾਰਿਤ ਕਰਾਂ। ਇਹ ਤਾਂ ਹੋ ਗਿਆ ਇੱਕ ਅਧਿਆਪਕ ਦਾ ਕੰਮ। ਹੁਣ ਬੱਚਿਆਂ ਦਾ ਕੰਮ ਵੀ ਸੁਣ ਲਵੋ। ਮਨ ਲਵੋ ਜੇ ਬੱਚੇ ਕੋਲ ਦੱਸ ਵਿਸ਼ੇ ਹਨ। ਇੱਕ ਵਿਸ਼ੇ ਦੀ ਉਸਨੂੰ ਮਹੀਨੇ ਵਿੱਚ 3 ਵਾਰ ਪ੍ਰੀਖਿਆ ਦੇਣੀ ਹੈ, 10 ਵਿਸ਼ਿਆਂ ਦੀ ਕੁਲ ਪ੍ਰੀਖਿਆਵਾਂ ਹੋਈਆਂ 30। ਮਹੀਨੇ ਵਿੱਚ ਇੱਕ ਵਿਸ਼ੇ ਦਾ ਇੱਕ ਅਸਾਈਨਮੈਂਟ ਵੀ ਦੇਣਾ ਹੈ, ਸੋ ਕੁੱਲ ਅਸਾਈਨਮੈਂਟ ਹੋ ਗਏ 10। ਹੁਣ ਜ਼ਰਾ ਧਿਆਨ ਨਾਲ ਪੜ੍ਹਨਾ, ਇੱਕ ਬੱਚੇ ਨੂੰ ਮਹੀਨੇ ਵਿੱਚ 30 ਪ੍ਰੀਖਿਆਵਾਂ ਦੇਣੀਆਂ ਪੈਂਦੀਆਂ ਹਨ ਅਤੇ 10 ਅਸਾਈਨਮੈਂਟ ਬਨਾਉਣੇ ਪੈਂਦੇ ਹਨ, ਮਤਲਬ ਉਸਨੂੰ ਇੱਕ ਦਿਨ ਵਿੱਚ ਘੱਟ ਤੋਂ ਘੱਟ ਇੱਕ ਅਤੇ ਕਈ ਦਿਨ ਦੋ ਯਾ ਤਿੰਨ ਪ੍ਰੀਖਿਆਵਾਂ ਵੀ ਦੇਣੀਆਂ ਪੈ ਸਕਦੀਆਂ ਹਨ ਅਤੇ ਨਾਲੋ ਨਾਲ ਅਸਾਈਨਮੈਂਟ ਵੀ ਬਨਾਉਣੇ ਹਨ। ਬੱਚਾ ਜਦੋਂ ਸ਼ਾਮ ਨੂੰ ਘਰ ਪਹੁੰਚਦਾ ਹੈ, ਤਾਂ ਉਹ ਹਰ ਰੋਜ਼ ਕਈ ਪ੍ਰੀਖਿਆਵਾਂ ਦਾ ਬੋਝ ਮਹਿਸੂਸ ਕਰਦਾ ਹੈ। ਯਾਦ ਰੱਖੋ ਬੱਚੇ ਲਈ ਪ੍ਰੀਖਿਆਵਾਂ ਦੇ ਨੰਬਰ ਹੀ ਸੱਭ ਕੁਝ ਹੁੰਦੇ ਹਨ। ਇਹ ਆਪਾਂ ਵੱਡੇ ਲੋਕ ਹੀ ਸਮਝ ਸਕਦੇ ਹਾਂ ਕਿ ਇਹ ਪ੍ਰੀਖਿਆਵਾ ਦਾ ਜ਼ਿਆਦਾ ਬੋਝ ਨਹੀਂ ਲੈਣਾ ਚਾਹੀਦਾ, ਇੱਕ ਨੰਬਰ ਘੱਟ ਵੀ ਆ ਗਿਆ ਤਾਂ ਕੋਈ ਜ਼ਿਆਦਾ ਫਰਕ ਨਹੀਂ ਪੈਂਦਾ, ਪਰ ਇਹ ਸੱਭ ਬੱਚੇ ਕਦੇ ਨਹੀਂ ਸਮਝ ਸਕਦੇ। ਉਹਨਾਂ ਲਈ 19/20 ਅਥੇ 20/20 ਅੰਕਾਂ ਵਿੱਚ ਬਹੁਤ ਵੱਡਾਂ ਫਰਕ ਹੈ। ਹੁਣ ਤੁਸੀਂ ਮੈਨੂੰ ਆਪ ਹੀ ਦੱਸੋ ਸੀ.ਸੀ.ਈ. ਦੇ ਆਉਣ ਨਾਲ ਪੜ੍ਹਾਈ ਦਾ ਬੋਝ ਘੱਟਿਆ ਹੈ ਯਾ ਵਧਿਆ? ਕਹਿੰਦੇ ਸਨ ਕੀ ਸੀ.ਸੀ.ਈ. ਦੇ ਆਉਣ ਨਾਲ ਬੱਚਿਆਂ ਦੀ ਰਚਨਾਤਮਕਤਾ ਵੱਧੇਗੀ, ਪਰ ਜਿਨ੍ਹਾਂ ਸਤਿਆਨਾਸ਼ ਬੱਚਿਆਂ ਦੀ ਰਚਨਾਤਮਕਤਾ ਦਾ ਸੀ.ਸੀ.ਈ. ਨਾਲ ਹੋਇਆ ਹੈ, ਉਹਨਾਂ ਪਹਿਲਾਂ ਕਦੇ ਵੀ ਨਹੀਂ ਹੋਇਆ। ਰਚਨਾਤਮਕ ਬੱਚਿਆਂ ਦਾ ਤਾਂ ਪਤਨ ਹੀ ਹੋ ਰਿਹਾ ਹੈ। ਜਿਹੜਾਂ ਬੱਚਾ ਰਚਨਾਤਮਕ ਹੈ, ਉਸਦੇ ਦਿਮਾਗ ਦਾ ਘੇਰਾ ਬਹੁਤ ਵਿਸ਼ਾਲ ਹੁੰਦਾ ਹੈ। ਉਹ ਹਰ ਤਰ੍ਹਾਂ ਦੀ ਕਿਤਾਬ ਪੜ੍ਹਨਾ ਚਾਹੁੰਦਾ ਹੈ। ਵਖਰੋ ਵਖਰੀ ਗਤੀਵਿਧੀਆਂ ਕਰਨਾ ਚਾਹੁੰਦਾ ਹੈ।

47ਸਾਹਿਤਕਾਰ ਅਮਨਪ੍ਰੀਤ ਸਿੰਘ ਵਟਸ ਅਪ 09465554088

ਇਹੋ ਜਿਹੇ ਬੱਚੇ ਨੂੰ ਕੋਈ ਫੜ੍ਹ ਕੇ ਨਹੀਂ ਪੜ੍ਹਾ ਸਕਦਾ। ਇਹੋ ਜਿਹੇ ਬੱਚੇ ਨੂੰ ਤਾਂ ਜ਼ਰੂਰਤ ਹੈ ਕੁਝ ਸਮੇਂ ਦੀ। ਉਸਨੂੰ ਕੁੱਝ ਸਮਾਂ ਮਿਲਣਾ ਚਾਹੀਦਾ ਹੈ, ਜਿਸ ਵਿੱਚ ਉਹ ਜੋ ਕੁਝ ਚਾਹੇ, ਉਹ ਪੜ੍ਹ ਸਕੇ, ਜੋ ਕੁਝ ਚਾਹੇ ਉਹ ਕਰ ਸਕੇ। ਪਰ ਸੀ.ਸੀ.ਈ. ਦੇ ਆਉਣ ਨਾਲ ਉਹ ਹਰ ਰੋਜ਼ ਪ੍ਰੀਖਿਆਵਾਂ ਦੇ ਜਾਲ ਵਿੱਚ ਲਪੇਟਿਆ ਜਾਂਦਾ ਹੈ। ਅਤੇ ਸੀ.ਸੀ.ਈ. ਮਕੜੀ ਬਣਕੇ ਇਹਨਾਂ ਰਚਨਾਤਮਕ ਬੱਚਿਆਂ ਦਾ ਖੂਨ ਚੂਸ ਰਹੀ ਹੈ। ਜਿਹੜਾ ਬੱਚਾ ਦੁਨੀਆਂ ਲਈ ਕੁਝ ਵਖਰਾ ਕਰ ਸਕਦਾ ਸੀ, ਉਹ ਵਿਚਾਰਾ ਬੱਚਾ ਪ੍ਰੀਖਿਆ ਵਿੱਚ ਵੱਧ ਅੰਕ ਲੈਣ ਲਈ ਇੱਕੋ ਹੀ ਕਿਤਾਬ ਦੇ ਦੋ-ਚਾਰ ਪੇਜ ਹਰ ਰੋਜ਼ ਪੜ੍ਹਦਾ ਰਹਿੰਦਾ ਹੈ। ਇਹ ਸੱਭ ਮੈਂ ਤਿੱਖੇ ਤੇਵਰਾਂ ਨਾਲ ਇਸ ਲਈ ਕਹਿ ਰਿਹਾ ਹਾਂ ਕਿਉਂਕਿ ਇਹ ਸਭ ਮੈਂ ਖੁਦ ਮਹਿਸੂਸ ਕੀਤਾ ਸੀ ਆਪਣੇ ਬੀ.ਐੱਡ. ਕਾਲਜ ਵਿੱਚ। ਉਥੇ ਵੀ ਸੀ.ਸੀ.ਈ. ਦੀ ਤਰ੍ਹਾਂ ਹੀ ਸਿਖਿਆ ਦਿੱਤੀ ਜਾਂਦੀ ਸੀ। ਪੂਰੇ ਨੌ ਮਹੀਨੇ ਮੈਂ ਕੋਈ ਹੋਰ ਕਿਤਾਬ ਪੜ੍ਹ ਹੀ ਨਹੀਂ ਸਕਿਆ। ਬਸ ਅਸਾਈਨਮੈਂਟਾਂ ਬਣਾਉਂਦਾ ਅਤੇ ਪੇਪਰ ਦਿੰਦਾ ਹੀ ਰਹਿ ਗਿਆ। ਇੱਕ ਵਾਰ ਤਾਂ ਮੈਂ ਇੰਨ੍ਹਾਂ ਪਰੇਸ਼ਾਨ ਹੋ ਗਿਆ ਸੀ, ਮੈਂ ਬੀ.ਐੱਡ ਦੇ ਕੱਚੇ ਪੇਪਰ ਦੇਣ ਤੋਂ ਹੀ ਇਨਕਾਰ ਕਰ ਦਿੱਤਾ ਸੀ। ਹਰ ਰਚਨਾਤਮਕ ਵਿਦਿਆਰਥੀ ਦੀ ਦਸ਼ਾ ਇਹੋ ਜਿਹੀ ਹੀ ਹੁੰਦੀ ਹੈ। ਹੁਣ ਤੁਸੀਂ ਮੈਨੂੰ ਆਪ ਹੀ ਦੱਸੋ ਕਿ ਸੀ.ਸੀ.ਈ. ਰਚਨਾਤਮਕਤਾ ਦਾ ਵਿਕਾਸ ਕਰ ਰਹੀ ਹੈ ਯਾ ਪਤਨ? ਸਰਕਾਰੀ ਸਕੂਲਾਂ ਵਿੱਚ ਤਾਂ ਸੀ.ਸੀ.ਈ. ਦਾ ਨਤੀਜਾ ਕਿਧਰੇ ਹੋਰ ਹੀ ਮੌੜ ਲੈ ਗਿਆ ਹੈ। ਬੱਚਿਆਂ ਦੇ ਮਨ ਵਿੱਚੋਂ ਤਾਂ ਪ੍ਰੀਖਿਆ ਦਾ ਭੈਅ ਹੀ ਨਿਕਲ ਗਿਆ ਹੈ। ਬੱਚਿਆਂ ਨੇ ਤਾਂ ਪੜ੍ਹਨਾ ਬਿਲਕੁਲ ਹੀ ਛੱਡ ਦਿੱਤਾ ਹੈ। ਹੁਣ ਬੱਚਿਆਂ ਨੂੰ ਪ੍ਰੀਖਿਆ ਵਾਲਾ ਦਿਨ ਅਤੇ ਆਮ ਦਿਨ ਇਕੋ ਜਿਹਾ ਹੀ ਲਗਦਾ ਹੈ। ਪਹਿਲਾਂ ਜਦੋਂ ਸਾਲ ਵਿੱਚ ਦੋ ਯਾ ਤਿੰਨ ਵਾਰ ਪ੍ਰੀਖਿਆ ਹੁੰਦੀ ਸੀ, ਬੱਚਿਆਂ ਨੂੰ ਲਗਦਾ ਸੀ ਕਿ ਕੁਝ ਖਾਸ ਹੋ ਰਿਹਾ ਹੈ ਅਤੇ ਪੜ੍ਹਨਾ ਜ਼ਰੂਰੀ ਹੈ। ਹੁਣ ਤਾਂ ਬੱਚੇ ਪੇਪਰਾਂ ਨੂੰ ਮਖੌਲ ਹੀ ਸਮਝਦੇ ਹਨ, ਅਤੇ ਕਈ ਵਾਰ ਟਿਚਰਾਂ ਵੀ ਕਰ ਜਾਂਦੇ ਹਨ ਕਿ ਇਹ ਪੇਪਰ ਤਾਂ ਰੋਜ਼ ਹੀ ਹੁੰਦੇ ਰਹਿੰਦੇ ਹਨ। ਹੁਣ ਤੁਸੀਂ ਖੁਦ ਹੀ ਫੈਸਲਾ ਕਰੋ ਕਿ ਸੀ.ਈ.ਈ. ਕਿਥੋਂ ਤਕ ਸਹੀ ਹੈ..

ਸਾਹਿਤਕਾਰ ਅਮਨਪ੍ਰੀਤ ਸਿੰਘ

09465554088

"ਜ਼ਿਆਦਾ ਹੋਣਾ ਵੀ ਚਿੰਤਾ ਦਾ ਘਰ ਹੈ"

ਅਕਸਰ ਇਨਸਾਨ ਹਰ ਰੋਜ਼ ਸਵੇਰੇ ਉੱਠ ਕੇ ਰੱਬ ਨੂੰ ਪ੍ਰਾਰਥਨਾ ਕਰਦਾ ਹੈ ਕਿ ਰਬ ਜਲਦ ਤੋਂ ਜਲਦ ਉਸਨੂੰ ਹੋਰ ਲਕਸ਼ਮੀ (ਪੈਸੇ) ਦੇਵੇ ਤਾਂ ਜੋ ਉਸਦੇ ਜੀਵਨ ਦੀਆਂ ਸਮੱਸਿਆਵਾਂ ਖਤਮ ਹੋ ਸਕਣ। ਦੇਖਿਆ ਗਿਆ ਹੈ ਕਿ ਇਨਸਾਨ ਨੂੰ ਜਿੰਨ੍ਹਾਂ ਮਰਜੀ ਪੈਸਾ ਮਿਲ ਜਾਵੇ, ਉਸਦੀ ਕਦੇ ਪੂਰੀ ਨਹੀਂ ਪਈ। ਜੇ ਕੋਈ ਆਦਮੀ 10,000 ਰੁਪਏ ਪ੍ਰਤੀ ਮਹੀਨੇ ਤੇ ਕੰਮ ਕਰਦਾ ਹੈ, ਤਾਂ ਉਸਦੇ ਘਰ ਦਾ ਗੁਜ਼ਾਰਾ ਬਹੁਤ ਹੀ ਮੁਸ਼ਕਲ ਨਾਲ ਚਲਦਾ ਹੈ। ਪਰ ਜੇ ਉਸੀ ਆਦਮੀ ਦੀ ਤਨਖਾਹ 30,000 ਰੁਪਏ ਪ੍ਰਤੀ ਮਹੀਨਾ ਵੀ ਹੋ ਜਾਵੇ, ਫਿਰ ਵੀ ਉਹ ਕਹੇਗਾ "ਮੇਰੇ ਘਰ ਦਾ ਗੁਜ਼ਾਰਾ ਬਹੁਤ ਔਖਾ ਚਲਦਾ ਹੈ।" ਫਿਰ ਜੇ ਉਸੇ ਹੀ ਆਦਮੀ ਦੀ ਤਨਖਾਹ 100000 ਰੁਪਏ ਮਹੀਨਾ ਹੋ ਜਾਵੇ ਤਾਂ, ਉਸਦੇ ਮੱਥੇ 'ਤੇ ਚਿੰਤਾਂ ਦੀ ਤਿਊੜੀਆਂ ਹੋਰ ਵੀ ਵੱਧ ਜਾਂਦੀਆਂ ਹਨ। ਇਹ ਕੀ ਹੋ ਰਿਹਾ ਹੈ! ਇਨਸਾਨ ਹਰ ਰੋਜ ਜ਼ਿਆਦਾ ਤੋਂ ਜ਼ਿਆਦਾ ਪੈਸੇ ਦੀ ਕਾਮਨਾ ਕਰਦਾ ਹੈ। ਜਦ ਉਸਨੂੰ ਜ਼ਿਆਦਾ ਪੈਸੇ ਮਿਲ ਜਾਂਦੇ ਹਨ, ਤਾਂ ਉਹ ਹੋਰ ਦੁਖੀ ਹੋ ਜਾਂਦਾ ਹੈ। ਚਲੋ ਇਸ ਗਲ ਦੀ ਪੜਚੋਲ ਕਰਦੇ ਹਾਂ। ਜਦੋਂ ਆਦਮੀ ਕੋਲ ਕੇਵਲ ਉਨ੍ਹੇ ਹੀ ਪੈਸੇ ਹੁੰਦੇ ਹਨ, ਜਿਸ ਨਾਲ ਉਸਦੇ ਘਰ ਦਾ ਗੁਜ਼ਾਰਾ ਬਹੁਤ ਵਧੀਆ ਚਲਦਾ ਹੈ, ਤਾਂ ਉਹ ਪੈਸੇ ਕਮਾਉਂਦਾ ਹੈ, ਅਤੇ ਉਸ ਪੈਸੇ ਦਾ ਖਾਣਾ ਖਾ ਕੇ ਸੋ ਜਾਂਦਾ ਹੈ। ਇਸ ਤੋਂ ਇਲਾਵਾ ਨਾਂ ਤਾਂ ਉਹ ਕੁੱਝ ਹੋਰ ਸੋਚ ਸਕਦਾ ਹੈ, ਨਾਂ ਕੁੱਝ ਕਰ ਸਕਦਾ ਹੈ, ਕਿਉਂਕਿ ਉਸ ਕੋਲ ਵਾਧੂ ਪੈਸੇ ਹੀ ਨਹੀਂ ਹੁੰਦੇ। ਪਰ ਜਦੋਂ ਉਸੇ ਆਦਮੀ ਕੋਲ ਜ਼ਿਆਦਾ ਪੈਸੇ ਆ ਜਾਂਦੇ ਹਨ, ਤਾਂ ਉਹ ਸੋਚਣ ਤੇ ਮਜਬੂਰ ਹੋ ਜਾਂਦਾ ਹੈ ਕਿ ਉਹ ਹੁਣ ਵਾਧੂ ਦੇ ਪੈਸੇ ਦਾ ਕੀ ਕਰੇ। ਇਨਸਾਨ ਹਮੇਸ਼ਾਂ ਇਹ ਸਮਝਦਾ ਹੈ ਕਿ ਉਹ ਆਪਣੇ ਵਾਧੂ ਪੈਸੇ ਨਾਲ ਆਪਣੇ ਘਰ ਖੁਸ਼ੀਆਂ ਦਾ ਭੰਡਾਰ ਲੈ ਆਏਗਾ। ਪਰ ਕੜਵੀ ਸਚਾਈ ਤਾਂ ਇਹੋ ਹੀ ਹੈ ਕਿ ਜ਼ਰੂਰਤ ਤੋਂ ਵੱਧ ਪੈਸਾ, ਚਿੰਤਾਵਾਂ ਤੋਂ ਇਲਾਵਾ ਹੋਰ ਕੁੱਝ ਉਪਜ ਹੀ ਨਹੀਂ ਸਕਦਾ। ਆਪਾਂ ਆਪਣੀ ਨਜ਼ਰ ਥੋੜ੍ਹੀ ਜਿਹੀ ਆਪਣੇ ਆਲੇ ਦੁਆਲੇ ਘੁੰਮਾਉਂਦੇ ਹਾਂ ਅਤੇ ਆਮ ਆਦਮੀ ਦੀ ਜ਼ਿੰਦਗੀ ਵਿੱਚ ਝਾਤੀ ਮਾਰਦੇ ਹਾਂ। ਜਦ ਇਨਸਾਨ ਦੀ ਤਨਖਾਹ ਵੱਧ ਜਾਂਦੀ ਹੈ ਤਾਂ ਉਹ ਨਾਲੋ ਨਾਲ ਹੀ ਘਰ ਵਿੱਚ ਏ.ਸੀ., ਕਾਰ, ਇਨਵਰਟਰ, ਐੱਲ.ਈ.ਡੀ., ਲੈਪਟੋਪ, ਬੁਲਟ ਮੋਟਰ ਸਾਈਕਲ, ਬਰੋਡਬੈਂਡ, ਮਹਿੰਗਾ ਮੋਬਾਈਲ ਆਦਿ ਚੀਜ਼ਾਂ ਘਰ ਵਿੱਚ ਲਿਆ ਸੁਟਦਾ ਹੈ। ਉਸਨੂੰ ਇੰਝ ਲਗਦਾ ਹੈ ਕਿ ਉਹ ਸਭ ਚੀਜ਼ਾਂ ਲਿਆ ਕੇ, ਉਹ ਆਪਣੀ ਜ਼ਿੰਦਗੀ ਬਹੁਤ ਹੀ ਸੁਖਾਲੀ ਬਣਾ ਰਿਹਾ ਹੈ। ਉਹ ਸੋਚਦਾ ਹੈ "ਏ.ਸੀ. ਮੈਨੂੰ ਕੜਕ ਦੀ ਗਰਮੀ ਤੋਂ ਰਾਹਤ ਦੇਵੇਗਾ। ਕਾਰ ਵਿਆਹ ਸ਼ਾਦੀਆਂ 'ਤੇ ਜਾਣ ਲਈ ਕੰਮ ਆਵੇਗੀ। ਜਦੋਂ ਬਿਜਲੀ ਚਲੀ ਗਈ ਤਾਂ ਇਨਵਰਟਰ ਨਾਲ ਮੇਰੇ ਘਰ ਦਾ ਟੀ.ਵੀ. ਚਲਦਾ ਰਹੇਗਾ। ਲੈਪਟੋਪ ਦੀ ਮੱਦਦ ਨਾਲ ਮੈਂ ਜਿੱਥੇ ਜਾਵਾਂਗਾ, ਉੱਥੇ ਨੈੱਟ ਚਲਾ ਪਾਵਾਂਗਾ। ਮਹਿੰਗਾ ਮੋਬਾਇਲ ਅਤੇ ਬੁਲਟ ਮੋਟਰ ਸਾਈਕਲ ਮੇਰੀ ਸ਼ਾਨ ਬਣੇਗਾ।" ਪਰ ਹੁੰਦਾ ਕੀ ਹੈ, ਏ.ਸੀ. ਲਗਵਾਉਣ ਦੇ ਨਾਲ ਹੀ, ਉਸਦੇ ਘਰ ਦਾ ਬਿਜਲੀ ਦਾ ਬਿਲ ਹਦ ਨਾਲੋਂ ਵੀ ਜ਼ਿਆਦਾ ਵੱਧ ਜਾਂਦਾ ਹੈ। ਕਾਰ ਦੀ ਜ਼ਰੂਰਤ ਉਸਨੂੰ ਵੱਧ ਤੋਂ ਵੱਧ 6 ਵਾਰ ਪੈਂਦੀ ਹੈ, ਕਿਉਂਕਿ ਵੱਧ ਤੋਂ ਵੱਧ 6 ਹੀ ਵਿਆਹ ਆਉਂਦੇ ਹਨ। ਕਾਰ ਦੀ ਸਰਵਿਸ ਕਰਵਾਉਣ ਦਾ ਖਰਚਾ ਫਾਲਤੂ ਪੈਂਦਾ ਰਹਿੰਦਾ ਹੈ। ਜਿਸ ਦਿਨ ਕੋਈ ਛੁੱਟੀ ਆਵੇ ਉਹ ਕਾਰ ਦੀ ਧਵਾਈ ਅਤੇ ਉਸਦੀ ਦੇਖ-ਰੇਖ ਵਿੱਚ ਹੀ ਨਿਕਲ ਜਾਂਦੀ ਹੈ। ਬੁਲਟ ਮੋਟਰ ਸਾਈਕਲ ਪੈਟਰੋਲ ਅਤੇ ਰਿਪੇਅਰ ਦਾ ਖਰਚਾ ਬਹੁਤ

ਵਧਾ ਦਿੰਦਾ ਹੈ। ਬਦਕਿਸਮਤੀ ਨਾਲ ਜੇ ਕਿਧਰੇ ਵੱਡਾ ਮੋਬਾਇਲ ਗੁੰਮ ਜਾਵੇ, ਜਾਂ ਟੁਟ ਜਾਵੇ, ਜਾਂ ਸਕਰੈਚ ਹੀ ਪੈ ਜਾਣ, ਤਾਂ ਉਹ ਦੁੱਖ ਦਾ ਕਾਰਨ ਬਣ ਜਾਂਦਾ ਹੈ। ਬੰਦੇ ਨੂੰ ਪਤਾ ਹੀ ਨਹੀਂ ਚਲਦਾ ਕਿ ਕਦ ਇਹ ਭੌਤਿਕ ਚੀਜਾਂ ਉਸਦੇ ਦਿਮਾਗ ਨੂੰ ਉਲਝਾ ਕੇ, ਉਸ ਦੀਆਂ ਚਿੰਤਾਵਾਂ ਦਾ ਕਾਰਨ ਬਣ ਜਾਂਦੀਆਂ ਹਨ। ਬੰਦੇ ਨੂੰ ਸਹੀ ਮਾਇਨੇ ਪਤਾ ਹੀ ਨਹੀਂ ਹੁੰਦਾ ਕਿ ਉਸਨੂੰ ਚਾਹੀਦਾ ਕੀ ਹੈ। ਉਹ ਫਾਲਤੂ ਦੀਆਂ ਚੀਜ਼ਾਂ ਖਰੀਦ ਕੇ ਆਪਣੀ ਜ਼ਿੰਦਗੀ ਨੂੰ ਆਪ ਹੀ ਉਲਝਾ ਲੈਂਦਾ ਹੈ। ਫਿਰ ਇਨਸਾਨ ਕਹਿੰਦਾ ਹੈ "ਪਤਾ ਨਹੀਂ ਕੀ ਚੱਕਰ ਹੈ...ਪੈਸੇ ਨਾਲ ਤਾਂ ਪੂਰੀ ਹੀ ਨਹੀਂ ਪੈਂਦੀ, ਕਦੇ ਕਾਰ ਖਰਾਬ ਹੋਈ ਰਹਿੰਦੀ ਹੈ ਅਤੇ ਕਦੇ ਮੋਟਰ ਸਾਈਕਲ, ਵਿਹਲਾ ਸਮਾਂ ਅਰਾਮ ਕਰਨ ਨੂੰ ਤਾਂ ਮਿਲਦਾ ਹੀ ਨਹੀਂ" ਹੁਣ ਤੁਸੀਂ ਮੈਨੂੰ ਆਪ ਹੀ ਦੱਸੋ ਇੰਨ੍ਹਾਂ ਸਾਰੀਆਂ ਚਿੰਤਾਵਾਂ ਦਾ ਮੂਲ਼ ਕਾਰਨ ਕੌਣ ਹੈ? ਕਿਸੀ ਨੇ ਸੱਚ ਹੀ ਕਿਹਾ ਹੈ "ਪੈਸਾ ਘੱਟ ਵੀ ਮਾੜਾ ਅਤੇ ਵੱਧ ਵੀ ਮਾੜਾ!"

ਸਾਹਿਤਕਾਰ-ਅਮਨਪ੍ਰੀਤ ਸਿੰਘ

ਵਟਸ ਅਪ- 09465554088

"ਜ਼ਿੰਦਗੀ ਹੈ ਬਿੰਦੂਆਂ ਦਾ ਜੋੜ"

ਇੱਕ ਵਾਰ ਸਟੀਵ ਜੋਬਜ਼, ਜਿੰਨ੍ਹਾਂ ਨੇ ਆਈ ਫੋਨ ਬਣਾਇਆ ਸੀ, ਉਹਨਾਂ ਨੇ ਆਪਣੇ ਭਾਸ਼ਣ ਵਿੱਚ ਕਿਹਾ ਸੀ ਕਿ ਜਦ ਉਹਨਾਂ ਨੇ ਆਪਣੀ ਜ਼ਿੰਦਗੀ ਨੂੰ ਪਿੱਛੇ ਮੁੜਕੇ ਦੇਖਿਆ ਤਾਂ ਉਹਨਾਂ ਨੂੰ ਅਨੁਭਵ ਹੋਇਆ ਕਿ ਉਹਨਾਂ ਦੀ ਜ਼ਿੰਦਗੀ ਦੀਆਂ ਸਾਰੀਆਂ ਘਟਨਾਵਾਂ, ਬਿੰਦੂਆਂਵਾਂ ਵਾਂਗ ਜੁੜ, ਉਹਨਾਂ ਦੀ ਜ਼ਿੰਦਗੀ ਦੀ ਕਾਮਯਾਬ ਰੇਖਾ ਖਿਚ ਦਿੱਤੀ। ਅਸਲ ਵਿੱਚ ਉਹਨਾਂ ਨੂੰ ਮਾੜੀਆਂ ਘਟਨਾਵਾਂ ਦੇ ਵਿੱਚ ਵਿਚਰਨ ਕਰਕੇ ਹੀ, ਉਹਨਾਂ ਨੂੰ ਕਾਮਯਾਬੀ ਦੇ ਸਹੀ ਰਾਹ ਦਿੱਖੇ। ਇਹ ਅਨੁਭਵ ਸਿਰਫ ਸਟੀਵ ਜੋਬਜ਼ ਦਾ ਹੀ ਨਹੀਂ ਹੈ, ਇਹ ਅਨੁਭਵ ਤਾਂ ਹਰ ਕਾਮਯਾਬ ਇਨਸਾਨ ਦਾ ਹੈ। ਪਰ ਜਦ ਮੈਂ ਖੁਦ ਇਨਸਾਨਾਂ ਦੀਆਂ ਜ਼ਿੰਦਗੀਆਂ ਨੂੰ ਘੋਖਿਆ, ਤਾਂ ਪਤਾ ਚਲਿਆ ਕਿ ਅਜਿਹਾ ਨਹੀਂ ਹੈ ਕਿ ਇੱਕ ਘਟਨਾ (ਬਿੰਦੂ) ਕਿਸੇ ਦੂਜੀ ਘਟਨਾ(ਬਿੰਦੂ) ਵਲ ਹੀ ਪ੍ਰੇਰਦੀ ਹੈ, ਅਤੇ ਦੂਜੀ ਘਟਨਾ ਕਿਸੇ ਖਾਸ ਤੀਜੀ ਘਟਨਾ(ਬਿੰਦੂ) ਵਲ ਹੀ ਪ੍ਰੇਰਦੀ ਹੈ। ਸਾਨੂੰ ਹਰ ਘਟਨਾ (ਬਿੰਦੂ) ਵਿਚੋਂ ਕਈ ਕਾਮਯਾਬੀ ਦੇ ਰਸਤੇ ਮਿਲ ਸਕਦੇ ਹਨ। ਕੁਦਰਤ ਨੇ ਇਨਸਾਨ ਲਈ ਕੋਈ ਕਮੀ ਨਹੀਂ ਛੱਡੀ। ਪਰ ਉਹਨਾਂ ਰਸਤਿਆਂ ਵਿੱਚੋਂ ਇਨਸਾਨ ਇੱਕ ਹੀ ਚੁਣ ਸਕਦਾ ਹੈ, ਪਰ ਅਕਸਰ ਲੋਕ ਕਿਸੇ ਵੀ ਉਪਜੇ ਰਸਤੇ ਨੂੰ ਦੇਖ ਨਹੀਂ ਪਾਂਦੇ ਅਤੇ ਮਾੜੀ ਘਟਨਾ ਦੇ ਪ੍ਰਭਾਵ ਹੇਠ ਰੋਂਦੇ ਹੀ ਰਜਿ ਜਾਂਦੇ ਹਨ। ਪਰ ਜੇਕਰ ਕੋਈ ਇਨਸਾਨ ਕੋਈ ਇੱਕ ਕਾਮਯਾਬੀ ਦਾ ਰਸਤਾ ਚੁਣ ਲਵੇ, ਫਿਰ ਉਸ ਰਸਤੇ ਵਿੱਚੋਂ ਕੋਈ ਹੋਰ ਕਾਮਯਾਬੀ ਦੇ ਰਸਤੇ ਨਿਕਲ ਆਉਂਦੇ ਹਨ। ਇਸ ਤਰ੍ਹਾਂ ਇੱਕ ਹੋਣਹਾਰ ਆਦਮੀ ਅੱਗੇ ਚਲਦਾ ਰਹਿੰਦਾ ਹੈ, ਅੰਤ ਕਾਮਯਾਬ ਹੋ ਜਾਂਦਾ ਹੈ। ਸੋ ਜ਼ਿੰਦਗੀ ਸਿਰਫ ਬਿੰਦੂਆਂ ਦਾ ਹੀ ਜੋੜ ਨਹੀਂ ਹੈ, ਜ਼ਿੰਦਗੀ ਵਿੱਚ ਤਾਂ ਅਣਗਿਣਤ ਬਿੰਦੂਆਂ ਹਨ, ਉਹਨਾਂ ਨੂੰ ਜਿਸ ਤਰ੍ਹਾਂ ਚਾਹੋ, ਜਿਵੇਂ ਮਰਜ਼ੀ ਚਾਹੋ ਜੋੜ ਲਵੋ ਅਤੇ ਬਣਾ ਲਵੋ ਆਪਣੇ ਲਈ ਕਈ ਕਾਮਯਾਬੀ ਦੇ ਰਸਤੇ। ਜੋ ਇਨਸਾਨ ਆਪਣੀ ਜ਼ਿੰਦਗੀ ਵਿੱਚ ਕਾਮਯਾਬ ਨਹੀਂ ਹੋ ਪਾਂਦੇ, ਅਜਿਹਾ ਨਹੀਂ ਹੁੰਦਾ ਕਿ ਉਹਨਾਂ ਦੀ ਜ਼ਿੰਦਗੀ ਵਿੱਚ ਬਿੰਦੂਆਂ ਘੱਟ ਹੁੰਦੀਆਂ ਹਨ ਯਾ ਬਿੰਦੂਆਂ ਵਿੱਚ ਕੋਈ ਕਮੀ ਹੁੰਦੀ ਹੈ, ਅਸਲ ਵਿੱਚ ਕਮੀ ਤਾਂ ਉਸ ਅੱਖ ਵਿੱਚ ਹੁੰਦੀ ਹੈ, ਜੋ ਬਿੰਦੂਆਂ ਤੋਂ ਆਪਣਾ ਰਸਤਾ ਨਹੀਂ ਬਣਾ ਪਾਈ। ਕੁਦਰਤ ਲਈ ਤਾਂ ਹਰ ਇਨਸਾਨ ਇੱਕੋ ਜਿਹਾ ਹੀ ਹੈ, ਉਹ ਤਾਂ ਹਰ ਕਿਸੇ ਨੂੰ ਅਣਗਿਣਤ ਬਰਾਬਰ ਹੀ ਬਿੰਦੂ ਦਿੰਦੀ ਹੈ। ਬੱਸ ਇਹ ਤਾਂ ਸਿਰਫ ਆਪਣੇ ਤੇ ਹੀ ਹੈ ਕਿ ਬਿੰਦੂਆਂ ਨੂੰ ਜੋੜਨਾ ਕਿਵੇਂ ਹੈ।

ਸਾਹਿਤਕਾਰ ਅਮਨਪ੍ਰੀਤ ਸਿੰਘ

ਵਟਸ ਅਪ: 09465554088

"ਆਲਸ- ਜ਼ਹਿਰੀਲਾ ਨਸ਼ਾ"

ਦੁਨੀਆ ਵਿੱਚ ਪਹਿਲਾਂ ਪੈਦਾ ਹੋਇਆ ਇਨਸਾਨ, ਇਨਸਾਨ ਤੋਂ ਪੈਦਾ ਹੋਈਆਂ ਇਨਸਾਨੀ ਜ਼ਰੂਰਤਾਂ, ਇਨਸਾਨੀ ਜ਼ਰੂਰਤਾਂ ਨੂੰ ਪੂਰਾ ਕਰਨ ਲਈ ਹੋਂਦ ਵਿੱਚ ਆਏ ਇਨਸਾਨੀ ਕੰਮ-ਧੰਦੇ। ਅੱਜ ਇਨਸਾਨੀ ਧੰਦੇ ਇੱਕ ਤਾਂ ਲੋਕਾਂ ਦੀਆਂ ਜ਼ਰੂਰਤਾਂ ਪੂਰੀਆਂ ਕਰਦੇ ਹਨ ਅਤੇ ਰੋਜ਼ਗਾਰ ਦੇ ਸਾਧਨ ਵੀ ਹਨ। ਮੈਂ ਕੰਮ ਨੂੰ ਸਿਰਫ ਕੰਮ ਹੀ ਨਹੀਂ ਸਮਝਦਾ ਹਾਂ, ਮੇਰੇ ਵਾਸਤੇ ਕੋਈ ਵੀ ਕੰਮ ਇੱਕ ਪਵਿੱਤਰ ਚੀਜ਼ ਹੈ, ਮੇਰੀ ਵਾਸਤੇ ਕੰਮ ਹੀ ਮੇਰਾ ਪਾਠ ਹੈ, ਮੇਰੀ ਪੂਜਾ ਹੈ, ਕੁਦਰਤ ਦਾ ਤੋਹਫਾ ਹੈ। ਕੋਈ ਵੀ ਕੰਮ ਇੱਕ ਅਜਿਹੀ ਪਵਿੱਤਰ ਚੀਜ਼ ਹੈ, ਜਿਸਨੂੰ ਪੂਰੇ ਧਿਆਨ ਨਾਲ ਕਰਨਾ ਚਾਹੀਦਾ ਹੈ। ਮੈਂ ਅਕਸਰ ਦੇਖਦਾ ਹਾਂ ਕਿ ਲੋਕ ਆਪਣੇ ਕੰਮਾਂ ਤੋਂ ਜੀਅ ਚੁਰਾਉਂਦੇ ਹਨ, ਕੰਮ ਤੋਂ ਥੋੜ੍ਹਾ ਜਿਹਾ ਭੱਜਦੇ ਹਨ। ਜੇ ਆਪਾਂ ਮਜਦੂਰ ਦੀ ਗਲ ਕਰੀਏ ਤਾਂ ਆਪਾਂ ਅਕਸਰ ਹੀ ਦੇਖਦੇ ਹਾਂ ਕਿ ਜਦ ਮਾਲਕ ਦੀ ਨਿਗਾਹ ਉਹਨਾਂ 'ਤੇ ਨਹੀਂ ਹੁੰਦੀ, ਤਾਂ ਉਹ ਵਿਹਲੇ ਬੈਠ ਜਾਂਦੇ ਹਨ ਜਾਂ ਚਾਹ ਪੀਣ ਦੇ ਬਹਾਨੇ ਸਮਾਂ ਨਸ਼ਟ ਕਰਦੇ ਹਨ। ਜੇ ਆਦਮੀ ਸੱਚਮੁੱਚ ਜ਼ਿਆਦਾ ਥੱਕ ਗਿਆ ਹੋਵੇ ਤਾਂ 5 ਮਿੰਟ ਸਾਹ ਲੈਣ ਵਿੱਚ ਕੋਈ ਵੀ ਬੁਰਾਈ ਨਹੀਂ, ਪਰ ਇਹ ਸੱਭ ਕੁੱਝ ਜਾਣ ਬੁੱਝ ਕੇ ਕੀਤਾ ਜਾਂਦਾ ਹੈ। ਹੁਣ ਕਈ ਅਧਿਆਪਕਾਂ ਨੂੰ ਹੀ ਦੇਖਲੋ, ਉਹ ਆਪਣੀ ਜਮਾਤ ਵਿੱਚ ਬੈਠੇ ਵਟਸ ਅਪ ਯਾ ਇੰਟਰਨੈੱਟ ਹੀ ਚਲਾਈ ਜਾਣਗੇ ਯਾ ਫੋਨ 'ਤੇ ਕਿਸੇ ਨਾਲ ਗਲਾਂ ਹੀ ਮਾਰੀ ਜਾਣਗੇ ਅਤੇ ਬੱਚੇ ਜਮਾਤ ਵਿੱਚ ਸ਼ੋਰ ਕਰ ਰਹੇ ਹੋਣਗੇ। ਕਈ ਸਰਕਾਰੀ ਡਾਕਟਰਾਂ ਨੂੰ ਹੀ ਦੇਖਲੋ ਜੋ 2 ਘੰਟੇ ਲੇਟ ਹਸਪਤਾਲ ਪਹੁੰਚਣਗੇ, ਅਤੇ ਲੇਟ ਪਹੁੰਚਣ ਤੋਂ ਬਾਅਦ ਵੀ ਇਹ ਕੋਸ਼ਿਸ਼ ਕਰਨਗੇ ਕਿ ਉਹ ਮਰੀਜਾਂ ਨਾਲ ਘੱਟ ਤੋਂ ਘੱਟ ਮੂੰਹ ਲਗਾਉਣ। ਉਹਨਾਂ ਨੂੰ ਇੰਝ ਹੀ ਹੁੰਦਾ ਹੈ ਕਿ ਮਰੀਜ ਵਾਪਿਸ ਮੁੜ ਹੀ ਜਾਣ ਤਾਂ ਵਧੀਆ ਗਲ ਹੈ। ਕਈ ਸਰਕਾਰੀ ਪੁਲਿਸ ਵਾਲਿਆਂ ਨੂੰ ਹੀ ਦੇਖਲੋ, ਕਈ ਤਾਂ ਚੱਜ ਨਾਲ ਕਿਸੇ ਦੀ ਗਲ ਵੀ ਨਹੀਂ ਸੁਣਦੇ। ਉਹਨਾਂ ਨੂੰ ਇੰਝ ਹੁੰਦਾ ਹੈ ਕਿ ਕੋਈ ਆਪਣੀ ਕੰਪਲੇਂਟ ਹੀ ਨਾ ਦਰਜ ਕਰਾਵੇ। ਇਹ ਸਾਰੀਆਂ ਹੋਰ ਕੁੱਝ ਨਹੀਂ ਅਵੇਸਲੇਪਨ ਦੀਆਂ ਹੀ ਨਿਸ਼ਾਨੀਆਂ ਹਨ। ਚਲੋ ਹੁਣ ਆਪਾਂ ਇਸ ਗਲ ਦੀ ਪੜਤਾਲ ਕਰਦੇ ਹਾਂ ਕਿ ਆਪਾਂ ਅਵੇਸਲੇਪਨ ਦਾ ਸਹਾਰਾ ਕਿਉਂ ਲੈਂਦੇ ਹਾਂ। ਚਲੋ ਆਪਾਂ ਇੱਕ ਅਵੇਸਲੇ ਅਧਿਆਪਕ ਦੇ ਦਿਮਾਗ ਦੀ ਹੀ ਗਲ ਕਰਦੇ ਹਾਂ। ਅਜਿਹੇ ਅਧਿਆਪਕਾਂ ਦਾ ਕਹਿਣਾ ਕੁੱਝ ਇੰਝ ਹੁੰਦਾ ਹੈ "ਬੱਚਿਆਂ ਨੂੰ ਕੰਮ ਪਾ ਦਿੰਦੇ ਹਾਂ, ਜਿੰਨ੍ਹੀ ਦੇਰ ਬੱਚੇ ਕੰਮ ਕਰਦੇ ਨਹੀਂ, ਉਨ੍ਹੀ ਦੇਰ ਫਿਰ ਵਟਸ ਅਪ 'ਤੇ ਹੀ ਟਾਇਮ ਪਾਸ ਕਰਨਾ ਪੈਂਦਾ ਹੈ। ਜੇ ਵਿੱਚੋਂ ਵਿੱਚੋਂ ਇੰਟਰਨੈੱਟ ਚਲਾਉਂਦੇ ਰਹੀਏ ਤਾਂ ਦਿਨ ਵਧੀਆ ਲੰਘ ਜਾਂਦਾ ਹੈ। ਵੈਸੇ ਵੀ ਜਿੰਨ੍ਹਾਂ ਬੱਚਿਆਂ ਨੇ ਪੜ੍ਹਨਾ ਹੈ, ਉਹਨਾਂ ਨੇ ਪੜ੍ਹ ਹੀ ਲੈਣਾ ਹੈ।" ਇੱਕ ਦਿਨ ਮੈਂ ਸੋਚਿਆ, ਮੈਂ ਵੀ ਇੰਨ੍ਹਾਂ ਦੇ ਤਰ੍ਹਾਂ ਜੀ ਕੇ ਦੇਖਾਂਗਾ, ਇੰਨ੍ਹਾਂ ਦੇ ਤਰ੍ਹਾਂ ਹੀ ਜਮਾਤ ਵਿੱਚ ਇੰਟਰਨੈੱਟ ਚਲਾਵਾਂਗਾ ਤਾਂ ਜੋ ਮੈਂ ਅਸਲ ਵਿੱਚ ਮਹਿਸੂਸ ਕਰ ਸਕਾਂ ਕਿ ਅਜਿਹੇ ਅਧਿਆਪਕ ਕੀ ਮਹਿਸੂਸ ਕਰਦੇ ਹਨ। ਮੈਂ ਇਹ ਪ੍ਰਯੋਗ ਤਿੰਨ ਕੁ ਦਿਨ ਕੀਤਾ ਸੀ। ਪ੍ਰਯੋਗ ਕਰਨ ਤੋਂ ਬਾਅਦ ਜੋ ਮੈਂ ਨਤੀਜੇ ਪਾਏ, ਉਸਨੂੰ ਸੁਣਕੇ ਤੁਸੀਂ ਹੈਰਾਨ ਹੀ ਰਹਿ ਜਾਓਗੇ। ਠੀਕ ਤਿੰਨ ਦਿਨਾਂ ਬਾਅਦ ਮੈਂ ਆਪਣੇ ਆਪ ਨੂੰ ਥੋੜ੍ਹਾ ਉਦਾਸ ਜਿਹਾ ਮਹਿਸੂਸ ਕਰਨ ਲਗ ਪਿਆ। ਜ਼ਿੰਦਗੀ ਵਿੱਚ ਚੁਸਤੀ ਅਤੇ ਤੰਦਰੁਸਤੀ ਖਤਮ ਜਿਹੀ ਹੋਣ ਲਗ ਪਈ। ਇੰਝ ਲਗਦਾ ਸੀ ਕਿ ਸਰੀਰ ਜਿਵੇਂ ਅੰਦਰੋਂ ਅੰਦਰੀ ਖੋਖਲਾ ਹੋਣਾ ਸ਼ੁਰੂ ਹੋ ਗਿਆ ਹੈ। ਇਸ ਪ੍ਰਯੋਗ ਸਮੇਂ ਮੈਂ 24 ਘੰਟੇ ਚੌਕਸ ਰਿਹਾ ਅਤੇ ਆਪਣੇ ਹਰ ਵਿਚਾਰ ਅਤੇ

ਅੰਦਰੂਨੀ ਭਾਵਨਾਵਾਂ ਨੂੰ ਦੇਖਦਾ ਰਿਹਾ ਅਤੇ ਸਮਝਦਾ ਰਿਹਾ। ਤਿੰਨ ਦਿਨਾਂ ਦੌਰਾਨ ਨਾਂ ਹੀ ਚੱਜ ਨਾਲ ਇੰਟਰਨੈੱਟ ਚਲਾਇਆ ਗਿਆ ਅਤੇ ਨਾਂ ਹੀ ਚੱਜ ਨਾਲ ਪੜ੍ਹਾਇਆ ਗਿਆ। ਇੱਥੋਂ ਤੱਕ ਨਾਂ ਹੀ ਚੱਜ ਨਾਲ ਕਿਸੇ ਨਾਲ ਵਟਸ ਐਪ ‘ਤੇ ਗਲ ਕਰ ਪਾਇਆ। ਇੱਕ ਪਾਸੇ ਬੱਚੇ ਕੁੱਝ ਨਾ ਕੁੱਝ ਪੁੱਛਣ ਆ ਰਹੇ ਸਨ ਅਤੇ ਇੱਕ ਪਾਸੇ ਵਟਸ ਅਪ ਵਲ ਧਿਆਨ। ਜੇ ਬੱਚਿਆਂ ਦੀ ਗਲ ਸੁਣਦਾ ਤਾਂ ਵਟਸ ਅਪ ‘ਤੇ ਰਿਪਲਾਈ ਕਰਨ ਲਈ ਲੇਟ ਹੋ ਜਾਂਦਾ, ਅਤੇ ਗਲ ਕਰਨ ਦਾ ਰੱਸ ਹੀ ਖਤਮ ਹੋ ਜਾਂਦਾ। ਫਿਰ ਮੈਸੇਜ ਕਰਨ ਤੋਂ ਪਹਿਲਾਂ ਸਾਰੀ ਗਲ ਧਿਆਨ ਵਿੱਚ ਲਿਆਉਣੀ ਪੈਂਦੀ ਕਿ ਕੀ ਗਲ ਚਲ ਰਹੀ ਸੀ। ਜੇ ਆਪਾਂ ਇਸਨੂੰ ਥੋੜ੍ਹੀ ਹੋਰ ਗਹਿਰਾਈ ਨਾਲ ਸਮਝਣ ਦੀ ਕੋਸ਼ਿਸ਼ ਕਰੀਏ ਤਾਂ ਇੰਝ ਸਮਝ ਲਵੋ, ਇਨਸਾਨ ਦੇ ਇੱਕੋ ਸਮੇਂ ਦਿਮਾਗ ਦੇ ਦੋ ਹਿੱਸੇ ਹੋ ਜਾਂਦੇ ਹਨ। ਇੱਕ ਵਟਸ ਅਪ ਵਿੱਚ ਰਹਿ ਜਾਂਦਾ ਹੈ ਅਤੇ ਦੂਜਾ ਜਮਾਤ ਵਿੱਚ। ਅਤੇ ਜੋ ਇੱਕ ਹਿੱਸਾ ਵਟਸ ਅਪ ਵਿੱਚ ਰਹਿ ਜਾਂਦਾ ਹੈ, ਉਸਦੇ ਫਿਰ ਅੱਗੋਂ ਕਈ ਟੁਕੜੇ ਹੋ ਜਾਂਦੇ ਹਨ, ਕਿਉਂਕਿ ਆਪਾਂ ਵਟਸ ਅਪ ‘ਤੇ ਇੱਕੋ ਸਮੇਂ ਕਈ ਲੋਕਾਂ ਨਾਲ ਗਲ ਕਰਦੇ ਹਾਂ। ਅਤੇ ਆਪਣੇ ਹਰ ਕਿਸੇ ਦੇ ਦਿਮਾਗ ਵਿੱਚ ਘਰੇਲੂ ਸਮੱਸਿਆਵਾਂ ਤਾਂ ਪਹਿਲਾਂ ਹੀ ਚਲ ਰਹੀਆਂ ਹੁੰਦੀਆਂ ਹਨ, ਕੁੱਝ ਦਿਮਾਗ ਦੇ ਟੁਕੜੇ ਇਹ ਗਲਾਂ ਕਰ ਦਿੰਦੀਆਂ ਹਨ। ਸੋ ਇਹਨਾਂ ਗਲਾਂ ਕਾਰਨ ਇਨਸਾਨੀ ਦਿਮਾਗ ਇੱਕੋ ਹੀ ਸਮੇਂ ਕਈ ਹਿੱਸਿਆਂ ਵਿੱਚ ਅਲੱਗ ਅਲੱਗ ਕੰਮ ਕਰਨ ਲਈ ਵੰਡਿਆ ਜਾਂਦਾ ਹੈ। ਦਿਮਾਗ ਦੇ ਹਿੱਸੇ ਰਹਿ ਜਾਂਦੇ ਹਨ ਛੋਟੇ, ਛੋਟੇ ਹਿੱਸਿਆਂ ਵਿੱਚ ਹੁੰਦੀ ਹੈ ਛੋਟੀ, ਘੱਟ ਤਾਕਤ, ਪਰ ਉਹਨਾਂ ਨੂੰ ਜੋ ਆਪਾਂ ਕੰਮ ਸੌਂਪੇ ਹਨ, ਉਹ ਹੁੰਦੇ ਹਨ ਵੱਡੇ। ਇਸ ਕਾਰਨ ਗੜਬੜ ਹੋ ਜਾਂਦੀ ਹੈ ਅਤੇ ਆਪਣੇ ਦਿਮਾਗ ਦੇ ਛੋਟੇ ਛੋਟੇ ਹਿੱਸੇ ਜ਼ੋਰ ਲਗਾ ਲਗਾ ਕੇ ਥੱਕਣ ਲੱਗ ਜਾਂਦੇ ਹਨ। ਉਹ ਸਰੀਰ ਦੀ ਵੱਧ ਤੋਂ ਵੱਧ ਊਰਜਾ ਨੂੰ ਵਰਤੋ ਵਿੱਚ ਲਿਆਉਂਦੇ ਹਨ, ਪਰ ਦਿਮਾਗ ਦੇ ਛੋਟੇ ਹਿੱਸੇ ਹੋਣ ਕਾਰਨ ਉਹ ਸੌਂਪੇ ਗਏ ਕੰਮ ਨੂੰ ਠੀਕ ਤਰ੍ਹਾਂ ਪੂਰਾ ਨਹੀਂ ਕਰ ਪਾਉਂਦੇ। ਅੰਤ ਹੁੰਦਾ ਕੀ ਹੈ, ਕੋਈ ਵੀ ਕੰਮ ਠੀਕ ਤਰ੍ਹਾਂ ਨਹੀਂ ਹੁੰਦਾ ਅਤੇ ਦਿਮਾਗ ਦੇ ਛੋਟੇ ਛੋਟੇ ਸਾਰੇ ਹਿੱਸੇ ਵੀ ਥੱਕ ਜਾਂਦੇ ਹਨ, ਸਾਰੇ ਸਰੀਰ ਦੀ ਊਰਜਾ ਵੀ ਨਸ਼ਟ ਕਰ ਦਿੰਦੇ ਹਨ। ਮਤਲਬ ਕੋਈ ਵੀ ਕੰਮ ਠੀਕ ਤਰ੍ਹਾ ਨਹੀਂ ਹੁੰਦਾ ਅਤੇ ਦਿਮਾਗ ਵੀ ਬੁਰੀ ਤਰ੍ਹਾਂ ਥੱਕ ਜਾਂਦਾ ਹੈ ਅਤੇ ਸਰੀਰ ਦੀ ਊਰਜਾ ਵੀ ਨਸ਼ਟ ਹੋ ਜਾਂਦੀ ਹੈ। ਇਹੋ ਹੀ ਮੈਂ ਆਪਣੇ ਤਿੰਨ ਦਿਨ ਦੇ ਪ੍ਰਯੋਗ ਵਿੱਚ ਮਹਿਸੂਸ ਕੀਤਾ ਸੀ। ਮੈਂ ਵੀ ਜਮਾਤ ਵਿੱਚ ਵਿਹਲਾ ਰਹਿਣ ਤੋਂ ਬਾਅਦ ਵੀ ਬੁਰੀ ਤਰ੍ਹਾਂ ਥੱਕ ਜਾਂਦਾ ਸੀ। ਜ਼ਰਾ ਧਿਆਨ ਨਾਲ ਸਮਝਣਾ ਇਨਸਾਨ ਵਿਹਲਾ ਰਹਿਣ ਨਾਲ ਬੁਰੀ ਤਰ੍ਹਾਂ ਥੱਕਦਾ ਹੀ ਹੈ। ਜਦ ਮੈਂ ਪੂਰੀ ਇਕਾਗਰਤਾ ਨਾਲ ਪੜ੍ਹਾਉਂਦਾ ਹਾਂ, ਤਾਂ ਪੜ੍ਹਾਉਣ ਤੋਂ ਬਾਅਦ ਮੇਰਾ ਦਿਮਾਗ ਪੂਰਾ ਤਰੋ ਤਾਜ਼ਾ ਹੋ ਜਾਂਦਾ ਹੈ, ਆਪਣੇ ਆਪ ਵਿੱਚ ਪੂਰੀ ਤਾਕਤ, ਚੁਸਤੀ ਅਤੇ ਤੰਦਰੁਸਤੀ ਮਹਿਸੂਸ ਕਰਦਾ ਹਾਂ। ਕਿਉਂਕਿ ਜੇ ਕੋਈ ਵੀ ਕੰਮ ਆਪਾਂ ਪੂਰੀ ਇਕਾਗਰਤਾ ਨਾਲ ਕਰੀਏ ਤਾਂ ਆਪਣੇ ਦਿਮਾਗ ਦੇ ਟੁਕੜੇ ਨਹੀਂ ਹੁੰਦੇ। ਪੂਰੇ ਧਿਆਨ ਨਾਲ ਕੰਮ ਕਰਨ ਤੋਂ ਬਾਅਦ ਭੁੱਖ ਵੀ ਬਹੁਤ ਵਧੀਆ ਲਗਦੀ ਹੈ ਅਤੇ ਪਿਆਸ ਵੀ, ਅਤੇ ਸੱਭ ਤੋਂ ਵੱਡੀ ਗਲ ਇਹ ਹੈ ਕਿ ਖੁੱਭ ਕੇ ਕੰਮ ਕਰਨ ਨਾਲ ਸਾਨੂੰ ਆਤਮਿਕ ਸ਼ਾਂਤੀ ਮਿਲਦੀ ਹੈ, ਜਿਸਦਾ ਕੋਈ ਮੁਲ ਨਹੀਂ ਹੈ। ਉਸ ਤਿੰਨ ਦਿਨਾਂ ਦੇ ਪ੍ਰਯੋਗ ਦੌਰਾਨ ਤਾਂ ਮੈਨੂੰ ਭੁੱਖ ਪਿਆਸ ਹੀ ਲਗਣੀ ਬੰਦ ਹੋ ਗਈ ਸੀ। ਬਸ ਹਰ ਵਕਤ ਸਮਾਂ ਹੀ ਦੇਖਦਾ ਰਹਿੰਦਾ ਸੀ। ਉਸ ਪ੍ਰਯੋਗ ਨੇ ਮੈਨੂੰ ਇਹ ਵੀ ਸਮਝਾ ਦਿੱਤਾ ਕਿ ਹਰ ਅਵੇਸਲਾ ਇਨਸਾਨ ਦੁੱਖੀ ਕਿਉਂ

53ਸਾਹਿਤਕਾਰ ਅਮਨਪ੍ਰੀਤ ਸਿੰਘ ਵਟਸ ਅਪ 09465554088

ਹੁੰਦਾ ਹੈ। ਹੁਣ ਜੋ ਮੈਂ ਕਹਿਣ ਲੱਗਾਂ ਹਾਂ, ਉਸਨੂੰ ਬਹੁਤ ਹੀ ਧਿਆਨ ਨਾਲ ਸੁਨਣਾ। ਅਸੀਂ ਅਵੇਸਲਾਪਨ ਇਸ ਲਈ ਕਰਦੇ ਹਾਂ, ਕਿਉਂਕਿ ਅਸੀਂ ਆਪਣੇ ਆਪ ਨੂੰ ਥਕਾਉਣਾ ਨਹੀਂ ਚਾਹੁੰਦੇ, ਅਸੀਂ ਆਪਣੇ ਆਪ ਨੂੰ ਆਰਾਮ ਦੇਣਾ ਚਾਹੁੰਦੇ ਹਾਂ ਪਰ ਹੋ ਇਸਦੇ ਠੀਕ ਉਲਟ ਹੀ ਰਿਹਾ ਹੈ। ਉਹੀ ਆਲਸ ਅਤੇ ਅਵੇਸਲਾਪਨ ਆਪਾਂ ਨੂੰ ਹੋਰ ਥੱਕਾ ਰਿਹਾ ਹੈ, ਆਪਾਂ ਨੂੰ ਅੰਦਰੋਂ ਅੰਦਰੀ ਖੋਖਲਾ ਬਣਾ ਰਿਹਾ ਹੈ। ਹੁਣ ਸਮਾਂ ਆ ਗਿਆ ਹੈ ਇਸ ਗਲ ਨੂੰ ਸਮਝਣ ਦਾ ਅਤੇ ਆਪਣੇ ਨਸ਼ੀਲੇ ਅਵੇਸਲੇਪਨ ਦਾ ਟਾਕਰਾ ਕਰਨ ਦਾ। ਰਹੋ 24 ਘੰਟੇ ਚੌਕਸ, ਸਮਝੋ ਇਸ ਆਲਸ ਦੇ ਜ਼ਹਿਰੀਲੇ ਨਸ਼ੇ ਨੂੰ, ਪੜ੍ਹਦੇ ਰਹੋ ਆਪਣੇ ਮਨ ਨੂੰ, ਮਹਿਸੂਸ ਕਰਦੇ ਰਹੋ ਆਪਣੇ ਸੰਵੇਗਾਂ ਨੂੰ, ਲੱਭ ਲਵੋ ਆਲਸ ਦੀ ਜੜ੍ਹ ਆਪਣੇ ਦਿਮਾਗਾਂ ਵਿੱਚੋਂ, ਅਤੇ ਉਖਾੜ ਦੋ ਜੜ੍ਹੋਂ ਇਸ ਜ਼ਹਿਰੀਲੇ ਪੌਦੇ ਨੂੰ।

ਸਾਹਿਤਕਾਰ- ਅਮਨਪ੍ਰੀਤ ਸਿੰਘ

ਵਟਸ ਅਪ- 09465554088

40 ਸੋਚਾਂ ਜ਼ਿੰਦਗੀ ਦੀਆਂ

ਸੋ 40 ਸੋਚਾਂ ਹੁਣ ਹੋ ਗਈਆ ਹਨ ਖਤਮ। ਆਸ ਕਰਦਾ ਹਾਂ ਕਿ ਤੁਹਾਨੂੰ ਇਹ ਸੱਭ ਸੋਚਾਂ ਪੜ੍ਹਕੇ ਮਜ਼ਾ ਆਇਆ ਹੋਵੇਗਾ ਅਤੇ ਇਹ ਸੱਭ ਗਲਾਂ ਤੁਹਾਡੀ ਜ਼ਿੰਦਗੀ ਵਿੱਚ ਬਹੁਤ ਕੰਮ ਆਉਣਗੀਆਂ। ਸੋ ਜੇਕਰ ਤੁਹਾਨੂੰ ਇਹ ਕਿਤਾਬ ਵਧੀਆ ਲੱਗੀ ਹੈ ਤਾਂ ਇਸ ਕਿਤਾਬ ਦਾ ਬੁੱਕ ਰੀਵਿਊ ਜ਼ਰੂਰ ਕਰੋ ਅਤੇ ਮੈਨੂੰ ਵਟਸ ਐਪ ਯਾ ਈ ਮੇਲ ਜ਼ਰੂਰ ਭੇਜੋ। ਧੰਨਵਾਦ।

(ਜੇ ਕੋਈ ਮਾਇਕ ਸਹਾਇਤਾ ਕਰਨਾ ਚਾਹੁੰਦਾ ਹੈ, ਤਾਂ ਜੋ ਮੇਰੀ ਸੋਚ ਜਲਦ ਤੋਂ ਜਲਦ ਲੋਕਾਂ ਤੱਕ ਪਹੁੰਚੇ ਤਾਂ ਉਹ ਹੇਠ ਲਿਖੇ ਬੈਂਕ ਖਾਤੇ ਵਿੱਚ ਮੱਦਦ ਭੇਜ ਸਕਦੇ ਹਨ:-

ਬੈਂਕ ਖਾਤਾ ਨੰਬਰ- 31957070923

ਬੈਂਕ ਖਾਤਾ ਜਿਸ ਦੇ ਨਾਮ 'ਤੇ ਹੈ- ਅਮਨਪ੍ਰੀਤ ਸਿੰਘ

ਬੈਂਕ ਦਾ ਨਾਮ- ਸਟੇਟ ਬੈਂਕ ਓਫ ਇੰਡੀਆ

ਆਈ.ਐਫ.ਐੱਸ.ਸੀ. ਕੋਡ- SBIN0004947)

ਸਾਹਿਤਕਾਰ ਅਮਨਪ੍ਰੀਤ ਸਿੰਘ

ਵਟਸ ਅਪ 09465554088

ਈ ਮੇਲ- apsamaanbatra@gmail.com

ਫੇਸ ਬੁਕ ਅਡਰੈੱਸ: apsamaanbatra2@gmail.com sahitkar amanpreet singh

55ਸਾਹਿਤਕਾਰ ਅਮਨਪ੍ਰੀਤ ਸਿੰਘ ਵਟਸ ਅਪ 09465554088

40 ਸੋਚਾਂ ਜ਼ਿੰਦਗੀ ਦੀਆਂ

35514624R00033

Made in the USA
Lexington, KY
04 April 2019